காலமே போதி மரம்

காலமே போதி மரம்

என் குமார்

வெளியீடு

வெளியீடு:
ISBN: 978-93-93866-57-8

காலமே போதி மரம்
(அனுபவங்களின் நிழல்)

© என் குமார்

முதல் பதிப்பு	:	செப்டம்பர் - 2023
பக்கம்	:	144
ஒளியச்சு	:	வந்தை முருகுபாரதி
அட்டை வடிவமைப்பு	:	லார்க் பாஸ்கரன்
அச்சாக்கம்	:	எம்.வி.ஆப்செட் பிரிண்ட்ஸ், சென்னை.
வெளியீடு	:	அகநி வெளியீடு, எண்: 3, பாடசாலை வீதி, அம்மையப்பட்டு, வந்தவாசி - 604 408 திருவண்ணாமலை மாவட்டம் பேசி: 94443 60421 மின்னஞ்சல்: akaniveliyeedu@gmail.com

Kaalamae Bodhi Maram
(Shadow of experiences)
© N Kumar

First Edition	:	September - 2023
Pages	:	144
Laser Print	:	Vandhai Murugubharathi
Wrapper Design	:	Lark Baskaran
Printing	:	M.V. Offset prints, Chennai.
Published By	:	AKANI VELIYEEDU, No: 3, Padasaalai Street, Ammaiyappattu, Vandavasi - 604 408 Thiruvannamalai District Cell: 94443 60421

விலை: ₹ 150/-

உயிர் நன்றி

'யாதுமாகிய'
கோ.நாகராஜன் – நா.விஜயலெக்ஷ்மி
(பெற்றோர்)

உயர் நன்றி
இராதாகிருஷ்ணன் பார்த்திபன்

மானசீக நன்றி

'கலைஞானி' கமல்ஹாசன்

அன்பு நன்றி

மதன்
(ஆசிரியர், விகடகவி)
மற்றும்
விகடகவி ஆசிரியர் குழு

நெகிழ்வான நன்றி

அ.வெண்ணிலா
பாக்கியம் சங்கர்
ராம் (ஹாங்காங்)

போதி மரத்தின் வேர்கள்...

எப்படித் துவங்கியது அந்த உரையாடல் என்று தெரியவில்லை. “விகடகவியில் ஒரு தொடர் எழுதலாமே...” என்று ஒரு ஆவலில் நான் கேட்டபோது, “அச்சோ... அதெல்லாம் பெரிய விஷயம்... இப்போதைக்கு முடியுமான்னு தெரியலையே...” என்று தான் பதில் வந்தது, குமாரிடமிருந்து.

தன்னுடைய திரைப்பட இயக்கம் குறித்த வேலைகளில், திரைக்கதை விவாத எழுத்துப் பணிகளில் மும்முரமாக இருக்கும் அவரை வாராவாரம் எழுத வைக்க ஆசைப்பட்டேன்.

பேச்சு வாக்கில், “சந்தித்த மனிதர்கள், சம்பவங்கள், பாதித்த விஷயங்கள் பற்றி எழுதலாமே, குமார்?” என்று கேட்டு, என் சம்பாஷணையை முடித்தேன்.

திடீரென ஓர் அதிகாலையில் குமாரிடமிருந்து ஒரு குரல் செய்தி, “எழுதறேன்... ‘காலமே போதி மரம்’ டைட்டில். நல்லா இருக்கா?”

நன்றாகவே இருந்ததால், அந்த வாரமே விகடகவியில் விளம்பர அறிவிப்பு வெளியானது.

“குமார், விகடகவி வெகுஜனப் பத்திரிகை அல்ல; அது ஒரு மின்னிதழ். உலகப்புகழ் பெற்ற கார்ட்டூனிஸ்ட் மதன் சார் தான் ஆசிரியர். ஆனால், வளரும் பத்திரிகை. உங்களுக்கு விகடகவி வெளிச்சம் என்பதை விட, விகடகவிக்கு உங்கள் எழுத்து முக்கியம்” என்று நான் சொன்னதும், அவசர அவசரமாக மறுத்து, “அப்படிச் சொல்லாதீர்கள். பெரிய வார்த்தை. எனக்கென்று பக்கங்கள் ஒதுக்குவதற்கு நன்றி. விகடகவியில் எழுதுவது எனக்குப் பெருமை!” என்றார் குமார்.

அப்போதே விதைக்கப்பட்டு வேர் விடத்தொடங்கியது, ‘போதி மரம்’.

ஒரு வரிசைப்படி பார்த்தால், ‘ஒரு ராஜகுமாரன் சம்பவம்’, எல்லோருக்கும் பரவசத்தை, ஏகாந்தத்தை ஏற்படுத்தும் அனுபவம். முதல் கட்டுரையே, அந்த நடையே ஈர்த்தது.

இரண்டாவது வாரம், 'ஓடு... ஓடு...' சினிமா படப் பிடிப்பின்போது ஏற்பட்ட அனுபவத்தை விவரிக்கும் தத்துவார்த்தமான அனுபவம். நிலையாமை தத்துவத்தை இவ்வளவு எளிதாக யாரேனும் சொல்ல முடியுமா என்று தோன்றியது.

மூன்றாவது வாரம், 'மன்னிப்பூ...' தொடர் புதிய பரிமாணத்தைத் தொட்டது.

சரி, நானும் அத்தியாய விமர்சனம் போலத் தொடர்கிறேனோ? இருக்கட்டும். இந்தத் தொடரின் அனுகூலம், தனிப்பட்ட முறையில் குமாருடன் பேசுவதற்கு நிறைய சந்தர்ப்பங்கள் கிடைத்தன. மேலும், வாசகர்கள் வாசிக்கும்முன் எனக்கு அந்த வாய்ப்புக் கிடைத்ததைப் பெரும் அதிர்ஷ்டம் என்றே சொல்வேன். முதலில் தலைப்பு வந்து மெசேஜ் பாக்ஸில் விழும். சுவாரசியம் கொள்ள வைக்கும். என்ன கட்டுரை? என்று விசாரித்தால், சின்னதாய் சினாப்ஸிஸ் சொல்லி விடுவார். கிளைமாக்ஸ் மட்டும், ம்ஹூம்!

கட்டுரை வருவதற்குள் ஆர்வம் அதிகமாகும். வரும் கட்டுரை இன்னும் சந்தோஷப்படுத்தும். புனைவுகளும் நிஜங்களும் ஒட்டி உறவாடி, வாசக இதயங்களை வருடும். வாரம்தோறும் வந்த நூற்றுக்கணக்கான பின்னூட்டங்கள் அதை மெய்ப்பித்தன.

விகடகவி மின்னிதழில், இன்னொரு புதுமையாக, அந்தந்த வாரக் கட்டுரையைப் பற்றி குமாரின் இதமான குரலில், இரண்டு மூன்று நிமிடங்கள் பேச வைத்து, கட்டுரையின் முத்தாய்ப்பாக இணைத்தோம். ஏகோபித்த வரவேற்பு! (இங்கே சில கட்டுரைகளின் நிறைவில், குரல் பதிவு இணைப்பு உள்ளது. கேளுங்கள்!)

அன்பின் வலியை உணர்த்திய, 'கமலாவும் சாவித்திரியும்', மனதில் தங்கிப் போவதற்குள் 'ஜெனிஃபரின் பைபிள்', எல்லோரையும் அவரவர் கடந்த காலத்திற்குக் கடத்திக்கொண்டு போனது.

'கர்ண பிரதாபம்' கண்ணீரில் மூழ்கடித்தது. சிவாஜி இரசிகர்களை ஏகத்திற்கு உசுப்பிவிட்ட வாரம். என் நண்பர் தொலைபேசியிலேயே அழுதுவிட்டார். காரணம், சிவாஜி – பலரைப் பொறுத்தவரை, வாழ்ந்து மறைந்துவிட்டுப் போனவர் இல்லை. ஓர் அசாத்திய உணர்வு. 'கர்ண பிரதாபம்' காலமே போதி மரம் தொடரின் திலகம்!

‘ஆகாயப் பவழமல்லி’, ‘அம்மாவுக்கு வயது பதினெட்டு’, ‘நெஞ்சே... நெஞ்சே’ எல்லாம் மனதைத் தைத்த அடுத்தடுத்த அன்பு அம்புகள்.

‘அவர் வீட்டுப் பல்லி’ – இப்படியொரு கோணத்தில் ஒரு மனிதரைப் பற்றி எழுத முடியுமா?

‘அண்டா நிறைய அன்பு’ அனுப்பிவிட்டு, தொடரை முடித்துக் கொள்கிறேன் என்றார். பதறியபடி, “ஏன்?” என்றேன். பெரிய பதிலெல்லாம் சொல்லவில்லை. “போதுமே” என்றார். அவருக்கு அழுத்தம் கொடுக்காமல், “சரி குமார்... இன்னும் ஒரே ஒரு கட்டுரை...” என்று கேட்டதும், நிறைவாக வந்த கட்டுரை, “Love you மற்றும் Bye”.

இனி, வாராவாரம் குமாருடனான சம்பாஷணைகள் இருக்காதே என்று ஓர் ஆதங்கம் வந்தது.

ஆனாலும், தொடர் பெற்ற பெருவெற்றி தனி மகிழ்ச்சி. மற்றும், குமாரின் டைரக்‌ஷனில் வரப்போகும் பல திரைக் கதைகள், இத்தொடரின் மூலம் அவரிடமிருந்து வெளிவந்ததில் கூடுதல் மகிழ்ச்சி.

லவ் யூ குமார்!

(இந்த ‘லவ் யூ’ சொல்ல, சொல்லிக்கொடுத்ததும் குமார் தான்!)

ராம்
ஹாங்காங்

நினைவுகள் அழிவதில்லை...

இந்த வாழ்வென்பது என்னவாகத்தான் இருக்கிறது என்று யோசித்துப் பார்க்கிறேன். அது, நமது பால்யத்தின் இனிய நினைவுகளாகவும், இழந்துபோன அன்பின் நினைவுகளாகவும் தான் இருக்கிறது. நினைவுகள்தாம் அழியாமல் இருக்கின்றன. அவைகள்தாம் நம்மை வாழவைத்தும் கொண்டிருக்கின்றன. எங்களின் என். குமார் சாரை எழுத வைத்துக் கொண்டிருப்பதும் நினைவுகளன்றி வேறென்ன...

குமார் சாரை நினைக்கிறபோதெல்லாம் இயக்குனர் ஐ.அஹமத் சொன்னதுதான் நினைவில் எழும். "சங்கர் சார்... குமாரோட தனியாப் பேசறதுக்குப் பயமா இருக்கு சார்... இவரோட குரலோட மேஜிக்ல இவர லவ் பண்ணிடுவனோன்னு தோணுது..." என்று சிரிப்பார். குமார் சாரும் சிரிப்பார். அவரின் சிரிப்புதான் எத்தனை அழகாயிருக்கும். அவரை நெருங்கியவர்களுக்குத் தெரியும் அவரின் குரல் வசீகரத்தைப் பற்றி.

"எனக்கது நட்சத்திரம். நட்சத்திரத்துக்கு நான் யார்..." எனும் வண்ணநிலவனின் வரிகளைப் படித்துக்கொண்டே வானம் பார்க்கிறேன். ஒளிர்ந்துகொண்டிருக்கிறது வானம். குமார் சாரின், 'காலமே போதி மரம்' திறக்கிறேன். மஞ்சள் நட்சத்திரத்தைப் போலவே ஜெனிஃபர் சிரித்துக் கொண்டி ருக்கிறாள். மல்லாந்தபடி, குமார் சார் எழுத்தில், ஜெனிஃபரின் அழகையும், சொல்ல முடியாத அந்த உணர்வுகளையும் வாசிக்கிறேன். இப்போது நானும் ஒரு நட்சத்திரமாக மாறு கிறேன். அதோ தூரத்தில் சசியும் ஒரு நட்சத்திரமாகித் தெரிகிறாள். குமார் சாருக்கு ஜெனிஃபர்... எனக்கு சசி...

ஏதோ நினைவொன்றில் ஊறித் திளைத்துக் கொண்டிருந்த நடுநிசியில் குமார் சாரின் குரல் எனது கைபேசி வழி வந்து நிற்கிறது. அதை ஒலிக்க விடுகிறேன்...

"பொட்டு வைத்த ஒரு வட்ட நிலா...
குளிர்ப் புன்னகையில் எனைத் தொட்ட நிலா..."

எனது ஆன்மாவை நுரைத்துத் ததும்பச் செய்கிறது, அவரது குரல். தெத்துப் பல் காட்டிச் சிரித்துவிடும் சசி, வந்து வந்து கிள்ளிவிட்டுச் செல்கிறாள். இப்போது, ஒளி மிகுந்த அந்த ஜெனிஃபரின் முகத்தை ஒரு மாயாவியைப் போல, குமார் சாரின் ஆன்மாவிற்குள் புகுந்து அவர் விழிகளில் பார்த்துவிட வேண்டும்.

ஆம் நண்பர்களே... ஜெனிஃபரின் பைபிளைப் படித்துவிட்டு அவரது குரலில், "பொட்டு வைத்த ஒரு வட்ட நிலா"வை நீங்கள் கேட்டீர்களேயானால் நீங்கள்தான் எத்தனை பாக்கிய சாலிகளாக மாறுகிறீர்கள்.

தஸ்தாயேவ்ஸ்கி இப்படி எழுதுகிறார், "இத்தனைக்குப் பிறகும் இவ்வாழ்வை நான் நேசிக்கிறேன்..." என்று. அது மாதிரியானதொரு நேசித்தலைத்தான் குமார் சாரின் எழுத் துக்கள் கொண்டிருக்கிறது. எந்த ஒப்பனைகளுமற்று அவருக்கு என்ன வருகிறதோ அதை அப்படியே எழுத்தாக்கி விடுகிறார்.

சமயங்களில் அவரிடமிருந்து வரும் வாழ்வின் மீதான விசாரணைகள் நம்முன் கனத்த மௌனத்தை எழச் செய்கிறது. ஒரு நல்ல எழுத்து இதைச் செய்யும். இதைத்தான் செய்ய வேண்டும்.

கர்ண பிரதாபத்தில் வருகிற கலைஞனும் அப்படியானவர் தானே. மேடையில் ராஜாவாகி பொன்னும் பொருளும் வாரிக்கொடுத்தவன் காட்சி முடிந்த பிறகு மேடைக்குப் பின்னால் சொக்கலால் பீடி குடித்துக்கொண்டிருப்பதைத்தான் ஓர் எழுத்தாளனாக என்னால் எழுத முடிகிறது. காசுக்காக கலையை உங்கள் அதிகாரங்கள் எப்பொழுதும் வளைத்துவிட முடியாது. அது கைத்தட்டுகிற ஒருவனுக்காக தனியாவர்த்தனம் செய்து கர்ஜித்து எழும் என்பதை கர்ண பிரதாபம் மூலம் எவ்வளவு நேர்த்தியாக நம்முன் நிகழ்த்துகிறார் குமார் சார்.

'காலம் எதையும் கொடுக்கும். எடுக்கும். நிரந்தரமாய் அன்பை மட்டும் விட்டு வைக்கும்.' இதை குமார் சார் எழுதும்போது, கிருஷ்ணன் சார் அவரை அன்பால் இறுக்கி முத்தியிருப்பார். உண்மைதான். அன்புதானே எல்லாவற்றையும் சரி செய்துவிடுகிறது.

இவர் ராஜாவைப் பற்றி எழுதுகிறார். ஒவ்வொரு வரியும் இசையாகவும், பாடலாகவும் விரிகிறது. நான் எழுதும்போது ராஜாவைக் கேட்பேன். இவர் எழுதுகிறபோது ராஜாவைக் கேட்கிறேன்.

எழுத்தாளன் என்பவன் கவனிக்கிறவனாக இருக்க வேண்டும். அந்த நுட்பமான கவனிப்பு இவருக்கு வாய்த்திருக்கிறது. யாவற்றையும் இவரால் இரசனையாக எழுத முடிகிறது. 'அவர் வீட்டுப் பல்லி'யை ஒரு தடவை இவர் வீட்டில் பார்த்துவிட வேண்டும்.

இப்படியாக, 'காலமே போதி மரம்' தொகுப்பில், நீங்கள் இரசித்துக்கொள்ள, உங்களை உங்களுக்கே ஏதோ ஒருவகையில் நினைவுபடுத்திக்கொள்ள நிறைய இருக்கிறது. அதற்குக் காலமே சாட்சியாக இருக்கும். காலம் தான் நமக்குப் போதி மரம். ஆகக்கூடிச் சொல்வதென்றால், "குமார் சார்... உங்கள் குரலைப் போலவே... அத்தனை அழகாய் இருக்கிறது, காலமே போதி மரம்..."

பாக்கியம் சங்கர்
எழுத்தாளர்

சலவைக் குறியிடப்பட்ட காலம்

'ஆண்டாளின் மாலையைச் சரியாமல் தாங்கும்படியான சாண் அளவு தோள்கள்.'

ஒரு நிமிடம் தூக்கிப் போட்டது. இப்படியொரு வர்ணனையை நான் வாசித்ததில்லை. பெண்ணின் தோள்கள் எத்தனையோ வர்ணனைகள் சுமந்திருக்க, 'ஆண்டாளின் மாலையைச் சரியாமல் தாங்கும் அளவு சாண் அகன்ற' என்ற வரி எங்கெங்கோ இழுத்துச் சென்றது.

சூடிக்கொடுக்கும் சுடர்க்கொடியான அவளின் மாலையை, யார் சூட முடியும்? கோபாலன் சூட முடியும். அவனுக்காகவே தவம் இருப்பவை ஆண்டாளின் மாலைகள். ஆண்டாளின் மாலையை மட்டுமல்ல; அவளின் சுடர் முகத்தை மட்டுமல்ல; அவளின் பச்சைக்கிளியை மட்டுமல்ல; கோவர்த்தனத்தையும் சுமக்குமளவு விரிந்த தோள்கள் கொண்டவன், கோபாலன்.

இங்கு சொல்லப்படும் ஒப்புவமையோ ஆணுக்கல்ல, பெண்ணுக்கு. ஆண்டாள் மாலையைச் சூடும் நல்வரம் பெற்றவள் யாராக இருக்க முடியும்? வேறு யார்? ஆண்டாள் தான். ஆண்டாளின் மாலையை ஆண்டாள்தான் சூட முடியும். யாரெல்லாம் ஆண்டாளாகிறார்களோ அவர்களின் தோள்களில் சாரும் மாலை. அதென்ன ஆண்டாள் மாலை? இளைத்துச் சிறுத்து, பெயருக்குத் தொடுப்பதல்ல மாலை. ஆண்டாளின் மாலை அவள் கழுத்து நிறையும். தோள் ததும்பி நிற்கும். எல்லாவற்றையும்விட, ஆண்டாளின் தோள்களுக்காகத் தொடுக்கப்படுவதல்ல அம்மாலை. கோபாலனின் தோள்களுக்கு ஆண்டாளின் தோள் வழியாகப் போவது. சின்னஞ்சிறிய பெண்ணான ஆண்டாளின் தோள்கள் கோபாலனின் மாலையைச் சூடி நிற்க மிகுவது, தோள்வலியல்ல; காதல்வலியே விரிகிறது.

ஆண்டாள்கள் கோபாலனுக்காகச் சூடிக் கொடுக்கும் மாலைகள், நாட்டிய பாவனைகளில் மலர்ந்துகொண்டுதான்

இருக்கின்றன. அவைகளுக்கு நிரந்தர மணம். ஆயர்குலப் பெண்ணின் பசுஞ்சாண மணத்துடன் மார்கழிப் பனியின் குளுமை சேர்ந்து தகிக்கும் காதலின் கடும் மணம் கலந்த அரிய மணம். தையல் நாயகி, நவீன ஆண்டாள். ஆண்டாளின் இலக்கணமே, முற்றிய காதலும், காதலுக்காகக் காத்திருப்பதும், காதலின் நினைவுகளில் கரைந்து போவதும்தான். தையல் நாயகி நாட்டியத்தில் ஆண்டாளாய் தன் காதலைக் கரைக்கிறாள்.

ஆண்டாளைப் பார்த்தவர் நம்மில் யாருமிலர். பார்க்காதவரும் யாருமிலர். ஆண்டாள் நம் நினைவுகளின் காதல் படிமம். இடையறாது ஓடிக்கொண்டிருக்கும் கால வெள்ளம், பிறக்கப் போகும் தலைமுறையின் நினைவுப் படிமமாகவும் படியக் காத்திருக்கிறது.

காலம் போன்ற உன்னத கடவுள் உண்டா? காலம் போதி மரமென்கிறார் குமார். ஞானத்தின் குறியீடாகி நிற்கிறது போதி மரம். கால் நரம்புகள் தேய ஞானம் தேடியலைந்தான் புத்தன். எறும்புகள் சேர்த்து வைக்கும் உணவுபோல் கூடிப் பெருகி, அவன் ஞானம் போதி மரத்தின் கீழ் திரண்டது. ஞானம் முழுமையான இனிப்புக் கட்டியல்ல, அப்படியே எடுத்துச் சாப்பிட. நம் தேடலின் கணந்தோறும் பெருகிப் பரவி உருப்பெறுவது.

தேடும் ஞானம் என்ன? எல்லோருக்கும் தேவைப்படுவது ஒரே ஞானம்தானா? புத்தர் வாழ்வியல் துன்பத்திற்கு விடை காணும் ஞானத்தைத் தேடியலைந்தார். துறவற ஞானம் தேடியலைவோர் பலர். இந்தக் கணம், இந்த நாள், இந்த வாழ்வில் முழுமையாய் வாழ்வதெப்படி என ஞானம் தேடுவோர் பலர். இன்பத்தைத் தொலைப்பது ஞானமென்று நம் மரபு சொல்ல, துன்ப வாழ்வியலில் இன்பம் தேடியே சீரழியும் மனித குலம் என்று சீர்படுவது? குடும்ப பாரத்தில் சிக்கியவர்களால் விடியல் கருக்கலில் குடும்பத்தைத் தூக்கியெறிந்து செல்ல முடியாது. கட்டிய கயிறு கட்டியபடியே இருக்க, காம்புடன் ஒட்டியிருக்கும் பூ மலர்வதுபோல் மலரும் வரம் வேண்டுவன குமாரின், ‘காலமே போதி மரம்’ தொகுப்பிலுள்ள கட்டுரைகள்.

இதைக் கட்டுரையென்று சொல்லலாம். நினைவுப்பதிவு எனலாம். கலை வழியே ஞானம் எனலாம். மனத் தேடல்

எனலாம். பெயர் முக்கியமற்று, பயணத்தில் பார்த்துச் சிரிக்கும் பூவைப்போல், இந்த எழுத்து நம்மை உள்ளிழுக்கிறது. குமாரின் போதி மரம், மனிதர்கள். அவர் தேடும் ஞானம், அன்பு. அவரின் தீராப் பசி, அன்பைப் புசித்தல்.

மூன்றாம் வகுப்புச் சிறுவனாகத் தன் வகுப்புத் தோழி ஜெனிஃபருக்காக பைபிளை மனனம் செய்கிறார். ஐந்தாம் வகுப்புச் சிறுவனாக, நர்மதா அக்காவின் அழுத்தும் கை விரல்களின் வழியே அவர் மனத்தில் படியும் சித்திரம், நம் எல்லோருக்குள்ளும் இருக்கும் நர்மதா அக்காவை வெளிக்காட்டுகிறது. பதின்ம வயதிற்குள் நாமெல்லோரும் பகிரப்படாத எத்தனையோ காதலுக்குச் சாட்சியாக நின்றிருக்கிறோம். பகிரப்படாத காதலை அடைகாப்பவர்களாகவும் இருந்திருக்கிறோம். இந்த நினைவுகளைக் கிளற நம் பிராயத்தின் ஏதோ ஒன்று போதும்.

வாடி, தரையில் உதிரும் பவழமல்லி, காய்ந்து சருகான மல்லிகைச் சரம், சில நறுமணங்கள். மனிதர்கள் எவ்வளவு சிக்கலற்றவர்கள்? சிறு நினைவுகளும் அவர்களை உருக்கி ஒன்றுமில்லாமல் செய்துவிடும். அதே நினைவுகளே தையல் நாயகியைப்போல், ஒரே மாதம் வாழ்ந்த காதல் வாழ்க்கையை நினைத்து, வாழ்நாள் முழுக்க மகிழ்ந்திருக்கும் போதி மர வேராக, உறுதியாக நிற்கச் செய்கின்றன.

விகடகவி இணைய இதழில் வெளியான கட்டுரைகளின் முடிவில், குமாரின் குரலில் கட்டுரையின் உள்அடுக்காய் சில நிமிடங்கள் ஓடுகிறது. கட்டுரையைப் படித்துவிட்டு, அவர் பேசுவதைக் கேட்பதில் மேலும் விரிவடைகிறது கட்டுரை. அதற்கான பின்னணி இசை... கூடுதல் அர்ப்பணம்.

குமார் என்றால் கவிதையாய் ரசனை, குழந்தையைப் போல் நம்மைக் குதூகலிக்கச் செய்யும் அழகியல் இவைதாம் முன்னிற்கும். அப்போதுதான் மழை பார்த்துவிட்டு வந்த உற்சாகத்தில் இருப்பதுபோல், ஒரு மனிதர் எல்லா நேரமும் இருக்க முடியுமா? குமாரைப் பார்த்தால் இருக்க முடியுமென்று தோன்றும். பட்டாம்பூச்சி போல் மென்மையும் அழகும்.

2004 அல்லது 2005-ஆம் ஆண்டென்று நினைவு. என் முதல் தொகுப்பு வந்து மூன்றாண்டுகள் இருக்கும். இயக்குநர்

ஆர்.பார்த்திபன் அவர்களை வந்தவாசியில் ஒரு நிகழ்ச்சிக்காக அழைக்க நானும் முருகேஷும் சென்றிருந்தோம். அவரை நாங்கள் முன்பின் பார்த்ததில்லை. சுய அறிமுகமும் இல்லை. அவரது அலுவலகம் சென்னையின் பரபரப்பிலிருந்து தன்னைத் துண்டித்துக்கொண்டு, அழகான குடிலொன்றாய் விரிந்தது. திரும்பும் பக்கமெல்லாம் கவிதையாய் இருந்தது. பேசும் காதற் பறவைகளும், கல் ஆசனங்களும், விதவிதமான அலங்காரங்களும், வரவேற்பறையில் இருந்த ஒவ்வொரு பொருளும் வேறெங்குமே பார்க்காத புதுமையோடு இருந்தன.

தயங்கித் தயங்கி உள்நுழைந்த எங்களை, "வாங்க... வாங்க..." என்ற உற்சாகக் குரல் வரவேற்றது. முகம் முழுக்கச் சிரிப்பு. உட்காரவைத்து, உபசரித்து, உள்ளே தகவல் சொல்லி என்று நிமிஷத்தில் அந்த இளைஞன் அவ்வளவு நெருக்கமாகிவிட்டார். நாங்கள் யாரென்று கேட்காமலேயே உள்ளே சென்று சொல்லியிருக்கிறாரே என்று யோசனை. பார்த்திபனும் அதே உற்சாகத்துடன் பேச ஆரம்பித்தார். கிளம்பும்போது எங்களிருவருக்கும் நேர்த்தியான இரண்டு நோட்டுப் புத்தகங்களும் அதில் எழுதுவதற்கென்று அதைவிட அழகான இரண்டு பேனாக்களும் கொடுத்தார். வெளியில் இருந்த இளைஞன் பேசிய வார்த்தைகளின் தொடர்ச்சிபோல் இருந்தது, பார்த்திபன் பேசியது. அவரிடம் பேசிவிட்டு வெளியே வந்தால், அவரின் தொடர்ச்சியாக இளைஞன் பேசினார். இரு குரல்களில் ஒலித்த ஒரே அன்புச் சொற்கள்போல்... அன்று வியந்து கேட்டோம்.

இருபதாண்டுகளை நெருங்கப்போகும் அந்த நட்பின், அந்தப் புன்னகையின் பெயர்தான் குமார். எங்கோ ஓடிக் கொண்டிருந்த எங்களைத் தேடிப் பிடித்து வாசித்து கவிதை களின் வழியாக அறிமுகம் செய்துகொண்டிருந்தது, மகிழ்ச்சியாக இருந்தது.

காலம் ஓடிக்கொண்டே இருக்கிறது. அவரவர் பாதையில் அவரவர் ஓட்டம். எந்தக் கணத்தில் எந்த இடத்தில் பார்த்தாலும், முதல் நாள் பேசிப் பிரிந்த உணர்வுடன் பேச்சுத் தொடங்கும் உற்சாகம். அவரின் முதல் நூல், 'காலமே போதி மரம்' வெளிவருகிறது. கவிதையையே மூச்சாய் சுவாசிக்கும்

என் குமார் / 19

அவருக்கு, உரைநடை முதல் நூலாய் வருவதும் காலத்தின் முரண்தான்.

சின்னச் சின்னக் கவிதையாய் உரையாடல்கள். கவிதை எழுதுபவர்கள் உரைநடைக்குள்ளும் கவிதையை உதறிவிட முடியாது. அழும் குழந்தையாகவோ, பூவின் மணமாகவோ ஒட்டிக்கொண்டுவிடும். குமாரின் உரைநடைக்குள்ளும் கவிதை, பவழ மல்லியின் வாசனைபோல் ஊடாடிக் கிடக்கிறது.

இதில் வரும் மனிதர்கள் வண்ணதாசனின், வண்ணநிலவனின் மனிதர்களை நினைவுபடுத்துகிறார்கள். வண்ணநிலவன், வண்ண தாசனின் மனிதர்களை தி.ஜானகிராமனின் உணர்வோட்டத்தில் படிப்பதுபோல் சில இடங்களில் மயக்கம் எழுகிறது.

குமாருக்கும் எனக்கும் எத்தனையோ ஒற்றுமைகள் இருக் கின்றன. பிரதான ஒற்றுமை, இருவருமே அன்பையே பசியாகக் கொண்டவர்கள்.

நிறைய எழுதுங்கள் குமார். அன்பை எழுதுங்கள்.

வாழ்த்துகள்.

பேரன்புடன்,
அ.வெண்ணிலா
வந்தவாசி

யாவர்க்குமாம் பிறர்க்கு இன்னுரைதானே!

யாரோ எழுதி, கையிலேந்தும் புதிய புத்தகம் போலத்தான் இதையும் திறக்கிறேன். உங்களோடு சேர்ந்து வாசிக்கிறேன்.

'விகடகவி'யில் தொடர் எழுதச் சொன்னபோது மகிழ்ச்சியுடன் ஒத்துக்கொண்டேன். எனக்கும் எனக்குமான பல வாசல்களை என் எழுத்து திறக்குமென நம்பினேன். அது நிகழ்ந்தது.

நான் பார்த்த எல்லோரும் என்னைப் பாதித்திருக்கிறார்கள். எனக்குள் சின்னச் சின்ன... பாத்தி கட்டிப் போயிருக்கிறார்கள். அன்புப் பாத்தி! அவர்களை மீண்டும் அசை போட்டுப் பார்த்த அநுபவம்.

இவற்றில், நிஜம் எது? புனைவு எது? என்ற முக்கியமான கேள்விக்கு என் பதில், பெயர்களும் சம்பவங்களும் தாமாகவே மாறி, மாறி, உருமாறி, ஒரு புதுக்கோலத்தில் நிற்பதைப் பார்க்கிறேன். எல்லோருக்குள்ளும் எல்லோரும் கலந்து விட்டார்கள்.

அசைவற்று ஓடும் நதி மேல் எல்லா மரத்தின் இலைகளும் மிதப்பதைப் பார்க்கிறேன். அவற்றோடு ஓர் இலையாய்... நானும் பயணிக்கிறேன்.

'காலமே போதி மரம்' கட்டுரைகள், புத்தகமாக உருப்பெறக் காரணமான, இதமான எழுத்துக் கலைஞன் மு.முருகேஷ் (அகநி வெளியீடு) அவர்களுக்கு நன்றி முத்தம்.

அட்டை வடிவமைப்பில் அர்த்தமிகு அழகு செய்த லார்க் பாஸ்கரன், ஈர்க்கும்படியான புத்தக வடிவமைப்பு செய்த மாரிக்கண்ணன் மற்றும் உருவாக்கத்தில் உதவியவர்களுக்கு என் நன்றிப் பாராட்டு.

அன்பின் வெளிச்சம் மிகுந்த அ.வெண்ணிலா, எதிலும் அழகியல் மிகுந்த பாக்கியம் சங்கர், இரசனை மிகுந்த ராம்... இவர்களின் முன்னுரைகள், எனக்குக் கிடைத்த எழுத்து வெகுமதிகள்.

தொடருக்கு முதல் வாழ்த்து அனுப்பிய நா.லெக்ஷ்மி நரசிம்மன், தொகுப்பில் உதவிய மா.மகாலிங்கம், சதீஷ், புத்தக ஆக்கத்தில் ஒத்துழைப்பு நல்கிய நண்பர் தில்லை முரளி, நண்பர் இயக்குநர் நா.சக்திகுமாருக்கு என் நட்பு நன்றி.

பெற்றோர், சகோதரர்கள், அன்புறவுகள், தோழமைகளுக்கும், எப்போதும் அரவணைக்கும் இல்லப் பெண்மைகளுக்கும், தினம் தினம் என் மீது மோதிச் சிலிர்க்க வைக்கும் பட்டாம் பூச்சிகளுக்கும்... என் பிரத்யேக நன்றி.

'யாவர்க்குமாம் பிறர்க்கு இன்னுரைதானே' என்று திருமூலரே பகர்ந்த பின், என்னுரையாக வேறென்ன சொல்வேன்?

என் கவிதையொன்றையே நிறைவாகப் பகிர்கிறேன்.

எல்லோரிலும் நான்...

எல்லோர் உடம்பிலும்
என் மச்சம் இருக்கிறது.

எல்லோர் காதலிலும்
என் உடம்பு படபடக்கிறது.

எல்லோர் சிரிப்பிலும்
என் தெற்றுப்பல் தெரிகிறது.

எல்லோர் கவிதையிலும்
என் இடைவெளி நிரம்புகிறது.

எல்லோர் முத்தத்திலும்
என் உதடு குவிகிறது.

எல்லோர் காமத்திலும்
என் ஈரம் ஜனிக்கிறது.

எல்லோர் முதுமையிலும்
என் இரத்தம் சுண்டுகிறது.

எல்லோர் மரணத்திலும்
என் உயிர் போகிறது.

எல்லோர் பிறப்பிலும்
என் தொப்பூழ்க்கொடி பூக்கிறது.

என் குமார்
9445022623
nkumarukku@gmail.com

உள்ளில்...

1. ஒரு ராஜகுமாரன் சம்பவம் / 25
2. ஓடு... ஓடு! / 31
3. மன்னிப்பூ / 36
4. ஆர்? / 41
5. அவளுக்குப் பெயர் இல்லை / 46
6. அவங்க பேசிக்க மாட்டாங்க! / 53
7. கமலாவும் சாவித்திரியும் / 61
8. ஜெனிஃபரின் பைபிள் / 68
9. கர்ண பிரதாபம் / 76
10. ஆகாயப் பவழமல்லி / 87
11. அம்மாவுக்கு வயது பதினெட்டு / 96
12. நெஞ்சே... நெஞ்சே... / 103
13. அவர் வீட்டுப் பல்லி / 112
14. அண்டா நிறைய அன்பு / 123
15. Love you மற்றும் Bye! / 132

1

ஒரு ராஜகுமாரன் சம்பவம்

இங்கு ஒருவர் பிறக்க இருவர் காரணமாக இருக்கலாம். அந்த ஒருவர் இறக்கும்வரை 'இருக்க' யாரோ ஒருவர் அழுத்தம் திருத்தமான காரணமாய் இருக்க வேண்டும்.

அப்படி ஒவ்வொருவருக்கும் உயிர் பேணும் ஒருவராய் யாரோ இருந்தே ஆகவேண்டும்.

அவர் பெயர் சொன்னதும் ஏதோ நிகழும். உள்ளில் ஏதோ நெகிழும். அது கவிதை வரியோ, ஆஜானுபாகுவான தோற்றமோ, புகைப்படமோ, ஒரு வர்ணத் தீற்றலோ, உணவுப் பண்டமோ; எதுவோ சிலிர்ப்பை ஏற்படுத்தி, 'அது இல்லாமல் நாம் இல்லை' என்று ஆகுமளவு ஆக்கிவிடும். இது ஒருவகை அமிழ்தல் நிலை.

அப்படி ஆன ஒருவனைப் பற்றி...

அப்படி ஆக்கிய ஒருவரைப் பற்றி...

அவன் அப்போது மூன்றாம் வகுப்பு 'இ' பிரிவு மாணவன். பக்கத்து வீட்டில் ஒரு இளைஞர். தவறாது சனி நீராடுபவர். அன்று அப்படி எண்ணெய் தேய்த்துத் தயாராகுமுன், காதில் எதையோ மாட்டிக்கொண்டு தலையாட்டிக்கொண்டிருந்தார்.

தலைக்கு மேலே மெல்லிசாய் வளைந்து ஒரு கம்பித்தகடு. பார்த்துக்கொண்டே இருந்த அவனிடம், "நான் குளிச்சிட்டு வந்திடறேன். வாக்மேன்ல நீ கேளூ" அலமாரியில் வைக்கப் போனவர், அவன் தலையில் வைத்து, காதில் அழுத்தி, கையில் கொடுத்துவிட்டுப் போய்விட்டார். மாட்டிக்கொண்டான். ஆம், மாட்டிக்கொண்டான்.

அந்த வீட்டின் ஜன்னலருகே சென்று நின்றுகொள்வதற்குள், காதுகளில் இடைவெளி விட்டுப் பாய்ந்த ஓர் இசை, திணறடித்தது. ஜன்னல் கம்பிகளை இன்னும் இறுக்கமாகப் பிடித்துக்கொண்டான்.

இசையைக் காதால் கேட்டதுண்டு. ஆனால், காதுக்குள் இசை உருகி ஓடும் இந்த அனுபவம், இப்போது காதுகள் மட்டும்தான் தன் உடம்பில் இருக்கிறதோ என்றொரு மயக்க உணர்வு வந்தது அவனுக்கு.

ஜன்னலில் சரிந்து கிடந்தவனைத் தோள் தொட்டு, "நல்லா இருந்துச்சா?" என்றார். அவர் குளித்து முடித்துவிட்டார்; அவனும்.

வாக்மேனைக் கேட்டு வாங்கி, தலை துவட்டியபடியே கடந்துபோய்விட்டார். ஏதோ தூதுவன் போலத் தெரிந்தார், இப்போது.

இசையதிர்ச்சி மீளாத அவன், வீடு வந்தான். உள்ளே நிரம்பிய இசை, வெளியே வராமல் உள்ளேயே தங்கிக்கொண்டது.

அதன் பிறகு, அந்த இசை அவனைப் படுத்திய பாடு!

ஒருநாள் ரேடியோவில் "(டம்) ஓரம்போ... (டம்) ஓரம்போ... (டம்) ருக்குமணி (டம்)வண்டி வருது...(டம்)..." இடைத் தாளம் அதிர ஒரு பாட்டு.

"வாங்கடா வந்தனம் பண்ணுங்கடா... வந்து இந்த வண்டியத் தள்ளுங்கடா..." ஒரு தினுசான மண் குரல்; ஆண் குரல். அதைக் கேட்டதும் அவன் பரபரக்க...

"அன்னைக்குப் பாட்டு கேட்டியே.. அதுக்கு ம்யூசிக் பண்ணினவர்தான் பாடறாரு." பக்கத்து வீட்டு வாக்மேன் இளைஞர் தகவல் தந்தார்.

உருவமே இல்லாமல் 'ஒருவர்' இசையின் ரூபமாக, 'ஜம்' மென்று உள்ளே வந்து உட்கார்ந்துவிட்டார்.

அவன் நடையே மாறிப்போனது. யாரையோ, யாருக்கும் தெரியாமல், சம்பந்தப்பட்டவருக்கே தெரியாமல் காதலிக்கும் 'தெரியாக் காதலன்' போல் மொத்தமாய் மாறிப்போனான்.

அதன் பிறகு எந்தப் பாடலைக் கேட்டாலும், "இது அவர் தானே? இது அவரில்லை தானே!" என்று தரம் பிரிக்க ஆரம்பித்துவிட்டான்.

ஓடி ஓடிப் போய் அந்த இளைஞரிடம் தெளிவு செய்து கொண்டான்.

ஆச்சரியம்... அவனை ஈர்த்த இசையெல்லாம், அவர் பிரசவித்த இசையாகத்தான் இருந்தது.

கன்றுக்குட்டி போல் துள்ளித் துள்ளி முணுமுணுத்தான். அவர் இசைதான்... அவர் இசை மட்டும்தான் தன்னைக் குதிக்க வைக்கிறது என்று குதித்தான்.

பள்ளிக்குப் போகும்போதெல்லாம் திரைப்படச் சுவரொட்டி களின் அருகே நேரம் செலவழித்தான். அவர் பெயர் இருக்கிறதா என்பதை மட்டும் முதலில் பரபரத்துப் பார்த்தான். அந்தப் பெயர் கண்ணில் பட்டதும், அந்த இசையை, அவரே வந்து பிரத்யேகமாய் நடுத்தெருவில் அவனுக்காக வாசிப்பது போல் உணர்வான்.

வகுப்பு மாணவர்களிடம் வாய் வலிக்கச் சிலாகிப்பான். அவர்களோ, ஒன்றும் புரியாமல், "சரிடா, சரிடா" என்று ஒப்புக்குத் தலையாட்டுவார்கள், பாடிப் பேசி, பேசிப் பாடிப் படுத்துகிறானே என்று.

ஊர்களுக்குப் பேருந்தில் போகும்போது, பெரும்பாலும் ஜன்னலோரங்களுக்காக முண்டியடித்து அமர்ந்து, அவரது நினைவில், இசைக்கலவையாய் ஏதோ புலம்பிக்கொண்டே அவன் பயணம் இருக்கும். முகத்திலடிக்கும் காற்றுக்கும் அவனுக்கும் மட்டுமே தெரிந்த இசைக் கச்சேரி, அது.

யாராவது அவரைக் குறைவாகப் பேசினால், துடித்துப் போவான். அவர்களோடு அதன் பிறகு பேசவே மாட்டான். வாதிடப் பிடிக்காமல் ஒரு புழுவைப் போல் அவர்களைப் புறக்கணிப்பான். பாடித் தன் கோபம் தணிப்பான்.

அவர், அவனை ஒரு வழியாக்கிக்கொண்டிருந்தார்.

நாளாக நாளாக, அவனது இதயம், தனிமையில் அவன் நுழைந்து கதவு மூடிக்கொள்ளும், அவரது இசை அறையாகவே மாறிவிட்டது.

கல்லூரிப் பருவத்தின் முன் திடீரென ஏற்பட்ட ஒரு தடைச் சூழலில், மனம் வருந்தி உற்சாகம் மூர்ச்சையாகிக் கிடந்தான். மௌனம்... மௌனம்... மௌனம்... யாரோடும் உறவாட மறுத்த மௌனம்.

விரும்பியவர்களைக் கூடச் சந்திக்க விருப்பமில்லாமல், எதிலும் ஆர்வமற்ற ஜீவனாக, தெருவோரக் கல் திண்டில், இருள் வந்த பிறகு மட்டும் சிறிது நேரம் உட்கார்ந்துவிட்டுப் போவான்.

அந்தப் பக்கம் செல்லும் சரவணன் என்றொருவர், புன்முறுவல் நண்பராய் அறிமுகமாகி, ஓரிரு நாட்களில், நேரம் போவது தெரியாமல் பேசும் நலம் விரும்பியாகி, சில வாரங்களில் எல்லாமும் பேசிக்கொள்ளும் உன்னத உறவாக மாறிவிட்டார். ஒருநாள், "கொஞ்சம் இருங்க..." என்று அவனை இருட்டில் விட்டு விட்டு, அப்படியே வீட்டிற்குக் கிளம்பிப் போனார்.

சிறிது நேரத்தில், கையில் இரண்டு கேசட்களுடன் வந்தார். "இதைக் கேளுங்க. எவ்வளவு நாள் வேணும்னாலும் கேட்டிட்டுக் கொடுங்க" என்று, அவன் கையில் வைத்துவிட்டார்.

அன்று இரவு... வீட்டில் எல்லோரும் தூங்கிய பிறகு, படுக்கைக்கு மிக மிக மிக நெருக்கமாய் டேப்ரெக்கார்டரை வைத்து, முதலில் ஒரு கேசட் போட்டு, தன் காதுகளுக்கு மட்டும் கேட்கும்படி அதன் மேல் சாய்ந்தான்.

கேசட் சுழலும் ஆரம்ப நிசப்த சப்தத்திற்குப் பிறகு, திடீரென ஒரு வயலின் கிளம்பி, அப்ப்ப்ப்ப்பா... உயிரோடு உலுக்கியது அவனை.

எல்லாப் புலன்களும் சில்லிட்டு உறைந்து, தடதடவென்று அதிர்ந்தன.

விடிய விடிய புல்லாங்குழல், வயலின் இரண்டும் அவனைப் பிழியப் பிழிய அழ வைத்தன. அவன் அழுவதை அவனே தள்ளிப் படுத்திருந்து பார்த்தான்.

அந்த இரவில், குரல்களற்ற அந்த இசை, அவனைப் பலமுறை புல்லரிக்கச் செய்தது. நின்ற உரோமங்கள் தலை சரியவே இல்லை. பிரவாக இசை. இரத்தம் புது வேகத்தோடு பாய்ந்தது. உயிருக்குள் தெம்பு நுழைந்தது.

இனி, வாழ... என்னென்னவோ சாதிக்க... அவனுக்குள் தைரியம் ஊறியது.

புரண்டு புரண்டு படுத்தவன், இசையின் மடியில் ஆழ்ந்து உறங்கினான். அதனை இசைத்த இசைத் தாய் அவரேதான்.

அடுத்த நாள், கண்ணாடியில் அவன் உருவம், அவரால் கிடைத்த புது உருவம் போல் இருந்தது. சந்தோஷச் சாயல்.

அவர் இசையை மீண்டும் பற்றிக் கொண்டான். கேட்டான்; கேட்டான்; கேட்டான்; இரவும் பகலும் அவர் இசையையே கேட்டான். முணுமுணுத்த உதடுகள் பாடத் தொடங்கின. இசை, அவன் அங்கத்தில் ஓர் அங்கமானது.

அவரின் இசையைக் கேட்டால் போதும், காட்சிகள் உதிக்க ஆரம்பித்தன. அதை நடத்திக்காட்டியபோது பார்த்தவர்கள் பரவசப்பட்டார்கள். அவரது இசைக்கு, அவன் அமைத்த மேடைக் காட்சிகளை, "காட்சியமைத்து இசையமைத்ததா?" என்று கேட்டார்கள்.

நாட்கள் புதுப்புது உடை பூண்டன. பருவத்தே வரும் காதல் கண்ணாமூச்சிகள் கூட ஓடி ஒளிந்துகொண்டன. இனக்கவர்ச்சி கூட இசையோடு ஏற்பட்டது. தூங்காத இரவுகளால், முகத்தில் இசைப் பருக்கள் தோன்றின.

அவரது குரல் – அவரது படம் – அவரது இசை – எதையாவது, யாராவது, எங்காவது கண்டால், அவன் பெயர் நினைவுக்கு வருமளவு இரண்டறக் கலந்தான்.

அவரால் அழுது அழுது கரைந்த பொழுதுகள்; அவரால் மெய் சிலிர்த்து உருகிய பொழுதுகள்; அவரால் அவன் பாராட்டப்பெற்ற பொழுதுகள்...

என்ன இது? ஒருவன் வாழ்க்கையில் இன்னொருவர் உயிர் நாடியாய் இருக்க முடியுமா? இருந்தார். அவனுக்கு அவர் இருந்தார்.

அவன், அவரைக் காண்பதும், பேசுவதும் சாத்தியமா?

அவனது மானசீக உருகல், ஏக்கமாய், தவிப்பாய், ஒரு கட்டத்தில் ஆன்ம சாதகமானது. அதுவும் நிகழ்ந்தது.

அவர் கோலோச்சிக்கொண்டிருக்கும் துறைக்கு, அவன் வந்துவிட்டான்.

ஒரு ஜூன் மாதக் காலை அது. தனது இயக்குநருடன் காரில் பயணித்துக்கொண்டிருந்தான். அந்த ஒலிப்பதிவுக் கூடம் வந்தது.

எப்போதும்போல ஒதுங்கித் தயங்கி மறைவாக நின்ற அவனை வலுக்கட்டாயமாகக் கைப்பிடித்து அழைத்துச் சென்றது, காலம். உள்ளே...

●

அங்கே... அவனது அவர்!

அத்தனை வருடக் காதலும் ஒட்டுமொத்தமாய் உச்சிக்குச் சென்று, திடீரென மறைந்து பேரமைதியைப் பிறப்பித்துவிட்டுப் போனது.

அப்படியென்றால், அது ‘தரிசனம்’தானே!

செய்தது தவமாக இருந்தால், கிடைப்பது வரமாகத்தானே இருக்கும்.

அவர் அவனைப் பார்த்தார். வரவேற்றார். அன்று, அவரது பிறந்த நாள். பாதம் தொட்ட அவனை வாய் திறந்து ஆசிர்வதித்தார். எப்போதும் அவனது கையிலிருக்கும், அவர் எழுதிய புத்தகத்தைப் பார்த்ததும், அவரது கண்கள் ஆச்சரியத்தில் மின்னுகின்றன.

அவன், அதை அவரிடம் குனிந்து நீட்ட, வாங்கிக்கொண்ட அவர், உலகமே கட்டுண்டு போகும்படி அத்தனை அத்தனை (எத்தனை! எத்தனை!) நாதம் பொழிந்த அந்த ஹார்மோனி யத்தின் மீது வைத்து, முதல் பக்கத்தில் அவன் எழுதியிருந்த வரிகளைக் கூர்ந்து வாசித்துவிட்டு, சட்டென்று பேனா எடுத்து, பதிலாய் அவரும் ஒரு வரி எழுதிக் கை...யெ...ழுத்திட்டு...

“சரிதானே?” என்று அவனிடம் கொடுத்துவிட்டுப் புன்னகைக்க...

‘என்ன நடக்கிறது’ என்பதை அநுபவிக்குமுன், சடுதியில் கடந்துபோக இருந்த அந்த ‘ஒரு கணத்தை’, ஆயுளின் எல்லா கணங்களுக்குமாய் நீட்டித்துக்கொண்டான்.

ஏனெனில், அவன் பிறக்க இருவர் காரணமாய் இருக்க, அவன் இறக்கும்வரை ‘இருக்க’ அவர் ஒருவர்தானே அழுத்தம் திருத்தமான காரணமாய் இருக்க முடியும்.

அந்த அவன், நான்;

அந்த அவர், இளையராஜா.

...

அதி தீவிரக் காதலோடு நாம் என்ன கேட்டாலும்,

காலம் அதைக் காது கொடுத்துக் கேட்கும்.

2

ஓடு... ஓடு!

புரிபடாத பல விஷயங்களின் தொகுப்பே வாழ்க்கை. எதிர்பாராத சம்பவங்களின் ஒருங்கிணைப்பே வாழ்க்கை.

அநுபவித்திராத அம்சங்களின் அணிவகுப்பே வாழ்க்கை.

பிரம்மாண்ட - அழகான - வியப்பூட்டும் இந்த வாழ்க்கைக் கட்டடத்தின் அஸ்திவாரம் முழுக்க என்னென்னவோ mystic things!

இன்னும் எதற்கும் தீர்மானமான பார்வை கிடைத்த பாடில்லை.

ஆத்திகவாதிகளின் குழப்பத்திற்கு ஆன்மிகம் உறுதுணை யாயிருக்கிறது.

நாத்திகவாதிகளின் குழப்பத்திற்கு அறிவியல் உறுதுணையா யிருக்கிறது.

மனிதப் பிறப்பே, தன் வசத்தில் தீர்த்து வைக்கப்படாத பல முடிச்சுகளோடுதான் ஆரம்பித்து - தொடர்ந்து - முடியப் போகிறது.

இருக்கிற அறிவின் மூலம் எள்ளளவு புரிந்துகொண்டு, கடலளவு குழம்பிக் கிடக்கிறோம்.

நேற்று தொடங்கி, இன்று வாழ்ந்து, நாளை முடியப்போகும் நமக்குள்தான் எத்தனை பிரிவினை, கௌரவம், சுய பச்சா தாபம், கர்வம், விட்டுக்கொடுக்காத சுபாவம், முணுக்கென்றால் கோபம், எதிராளியை எதிரியாகக் கருதி வீழ்த்தும் இலாவகம், புன்சிரிப்பை ஒளித்து வைத்துவிட்டுப் பழகும் மேதாவித்தனம்! அடுக்கடுக்காய் குறைகளை அணிந்துகொண்டு, 'மனிதன்' எனும் பெயர்ப்போர்வையில் நடமாடுகிறோம்.

எத்தனை சித்தர்களின் பாடல்களை வாசித்தாலும், மனனம் செய்தாலும், பக்கத்து வீட்டில் ஒருவர் மரணம் அடைந்தாலும், நேற்று வரை உற்சாகமாய் உலவிக்கொண்டிருந்தவர், கை, கால், முடங்கி படுக்கையிலேயே, உணவும் – மலமும் என்று சுருங்கிக் கொண்டிருப்பதைப் பார்த்தாலும், வசதி வாய்ப்பு – சுகங்களோடு, வாழ்க்கை நடத்திக் கொண்டிருந்தவர், திடீரென, வியாபார நட்டத்தில் நொடிந்து, ஒரே ஒரு அறையுள்ள வீட்டிற்குத் தள்ளப்படுவதைப் பார்த்தாலும், நாம் மட்டும் தரையில் கால் படாமல் பறக்கிறோம். நடக்கிறவர்களுக்குத் தரை தட்டுப்படத்தான் செய்கிறது.

வாழ்வின் அந்தரங்க ஆச்சரியங்களோடு, காலம் எத்தனையோ காட்சிகளை அரங்கேற்றிக்கொண்டேயிருக்கிறது.

ஒவ்வொன்றிலும் ஒவ்வொரு ரசம் – ஒவ்வொரு கரு – ஒவ்வொரு தொனி – ஒவ்வொரு நீதி.

அப்படி தரிசனம் கிடைத்துவிட்ட காட்சி, ஒவ்வொரு திருப்பத்திலும் நினைவுக்கு வரும்.

எனக்கும் கிடைத்தது அப்படியொரு தரிசனம்.

●

எனது இயக்குநரின், 'இவன்' பட ஷூட்டிங். உதவி இயக்குநராக அன்றைய படப்பிடிப்புத் தளத்தைச் சரி செய்யும் பொறுப்பு.

பல ஆண்டுகளாகக் குவிந்து கிடக்கும் இரும்புப் பொருட்கள். துருப்பிடித்த வாகன பாகங்கள். அதன் பின்புற மைதானம். யாரும் பயன்படுத்தாத இடம். அங்கே, 'உலகமே நீ' என்ற பாடலுக்கான காட்சித் துணுக்குகள் எடுக்க வேண்டியிருந்தது.

மதிய உணவு இடைவேளை.

அதன்பிறகு எடுக்க வேண்டிய ஷாட்களுக்காக அந்த மைதானத்தை நூறு பேர் நிற்கிற அளவிற்கு வசதியாகக் கல், முள், புதர், கண்ணாடித்துண்டு, இரும்புக்கம்பிகள் இல்லாமல் தயார் செய்ய வேண்டும். Rain effect உண்டு. Art department, அடுத்த நாள் காட்சிக்காக வேறு இடத்திலிருக்க, அந்த ஏரியா சிறுவர்களோடு இடத்தைச் சீர்படுத்த மண்வெட்டியோடு தயாரானேன்.

32 / காலமே போதி மரம்

கொத்த ஆரம்பித்தேன். ஒன்று, ரெண்டு, மூன்று... 'ணங்' என்று சத்தம்.

God! .... மண்டை ஓடு.

அங்கே இன்னொரு சிறுவனுக்கு, இன்னொரு மண்டை ஓடு.

அங்கொன்றும், இங்கொன்றுமாய் மண்டை ஓடுகள்.

ஓ... இது முன்பு இடுகாடா? – உறைந்தேன்.

உடனிருந்த சிறுவர்களுக்கோ உற்சாகம் பிடித்துக்கொண்டது.

மண்வெட்டியைப் போட்டுவிட்டு, மண்டை ஓடுகளோடு மணல்மேட்டில் கூடி விட்டார்கள்.

"செய்வியா? செய்வியா?

தப்பு செய்வியா?

இனிமே தப்பு செய்வியா?

எவ்ளோ அட்டூழியம் பண்ணினே?

இந்தா வாங்கிக்கோ... இந்தா!"

'டப்... டப்... டப்' என்று கையிலிருந்த வேப்ப மரக்கம்பால் அந்த மண்டை ஓட்டை, அடி அடி அடி என்று அடிக்கிறான் ஒரு சிறுவன்.

இன்னொருவன், கையால் தொடப் பிடிக்காமல், காலா லேயே மிதிக்கிறான் – புரட்டுகிறான். நடு மண்டையில் ஒரு மிதி.

நீட்ட நீட்டமாய் இறுகி – விகாரமாய் இருந்த பற்களைப் பெருவிரலால் அழுத்தி ஒரே உதை.

"போ!"

மண்டை ஓடு பறக்கிறது தரையோடு.

ஒருவன் கையால் தூக்கி, அதன் தலையில் 'படார்... படார்' என்று அடிக்கிறான்; குட்டுகிறான்.

எல்லாச் சிறுவர்களையும் அழைத்து, "போதுமாடா... இந்த ஆளை வேறு ஏதாவது பண்ணணுமா?"என்கிறான்.

ஏதோ 'குசு குசு' பேச்சிற்குப் பிறகு சேர்ந்து நின்றார்கள்.

என் குமார் / 33

"ஓடு... ஓடு" "ஓடு.. ஓடு" என்று சொந்த ராகத்தில் பரிகாசமாக ஒருவன் பாடிக்கொண்டிருந்தான்.

அதிர்ச்சியாய் – எதற்கோ சாட்சியாய் அங்கேயே மண்ணில் உட்கார்ந்துவிட்டேன்.

"ஏய், விட்டிருங்கப்பா... முடிஞ்சா இங்கே வந்து இடத்தை சரி பண்ணுங்க, இல்லேன்னா கிளம்புங்க" என்றேன்.

"அண்ணே... இப்படி அடிக்கடி வந்து விளையாடுவோம்" என்றான் ஒரு சிறுவன்.

நகர்ந்து வந்தார்கள். சிறிது நேரம் உதவிவிட்டுப் போனார்கள்.

மதிய உணவு இடைவேளை முடிந்ததும், யூனிட்டில் எல்லோரும் இருக்கும் இடத்திற்கு விசில் ஊதி அழைக்கக் கிளம்பினேன்.

அதற்கு முன், அந்த மண்டை ஓடுகளைப் புதைத்து விட்டுப் போகலாமா? என்று அவர்கள் விளையாடிய திசை நோக்கிப் போனேன்.

ச்...

கிடைத்த எல்லா மண்டை ஓடுகளையும் ஒன்றாகப் போட்டு, சிறுநீர் கழித்துவிட்டுப் போயிருக்கிறார்கள், சிறுவர்கள்.

உள்ளே ஏதோ இம்சையானேன்.

யார் இந்த மண்டை ஓட்டினர்? யார் இவர்கள்?

ஏன் இப்படி உயிர் போன பிறகும் அடி வாங்கினார்கள்?

இறந்த பிறகும், ஏன் எவன் சிறுநீரிலோ நனைய வேண்டும்?

எஞ்சிய ஓடாய்க் கிடந்தாலும் கம்பால் இப்படி வலிக்க (?) வலிக்க (?) அடி வாங்க வேண்டுமா?

எந்த ஊர்?

எந்த வருடம் பிறந்தவர்கள்?

குடும்பம்?

என்ன தொழில் செய்தவர்கள்?

நிறம்?

உயரமா? குள்ளமா?

வசதியானவர்களா? ஒன்றுமில்லாமல் இருந்தவர்களா?

காதல் – கயமை – கோபம் – வலி – பொறாமை – சாதனை – புளகாங்கிதம் – கற்பனை – பசி – ஆசாபாசம் – தத்துவம் – கலவி என எல்லாமும் கலந்து வாழ்க்கை நடத்திய ஜீவன்கள்தாமே!

யோசனை... யோசனை... யோசனை...

அவர்களை (அவைகளை) அந்தக் கோலத்தில் பார்க்கப் பார்க்கக் கேள்விகள் மட்டுமே எழுந்தன.

யாரிடமும் சொல்லவில்லை. இப்போதுதான் சொல்கிறேன்.

படப்பிடிப்பு அன்று முடிந்து, இதோ இன்று வரை,

அந்த 'டப்... டப்... டப்'

அந்த 'படார்' 'படார்'

அந்த அடி – அந்த மிதி...

அந்த உதை – அந்த குட்டு...

அந்த சிறுநீர் நாற்றம்...

உயிரைக் குமட்டுகிறது.

...

தோண்டிக் கிடைத்த கால தரிசனம்.

3

மன்னிப்பூ

அதிகாலையிலேயே திருமண விழா ஒன்றிற்குச் சென்றுவிட்டு வீடு வந்து மதியம் அயர்ந்து தூங்கிவிட்டோம். உடலுக்கும் மனதுக்கும் கூடத் தொடர்பற்ற சாத்வீகத் தொலைதல் அது. பல சமயங்களில் நாம் தூங்கும்போது உலகத்தில் என்னென் னவோ நடந்துவிடும். அப்படித்தான் அன்றும் பக்கத்திலேயே ஒரு பயங்கரம் நடந்திருக்கிறது.

ஒரு சத்தம்.

தூக்கத்தின் கரங்களை விடுவித்துக்கொண்டு, அவசர அவசர மாக குடியிருந்த மாடி வீட்டின் பின்புறமிருந்த ஓடு வேய்ந்த முற்றத்திற்கு வந்தேன்.

எப்போதும்போல் இடப்பக்கம் திரும்பிப் புன்னகைத்தபோது, ஒரு கணம் அ...தி...ர்...ந்...து போனேன். அங்கே அந்த உயிர் இல்லை.

மஞ்சள் மஞ்சளாய் காதலை நீட்டி நிற்கும் அந்தப் பூ மரத்தைக் காணவில்லை. கீழே சில மனிதர்கள். மிக உற்சாகமாக அதை வெட்டி முடித்து அப்புறப்படுத்திக் கொண்டிருந் தார்கள்.

என் பக்கமிருந்த திண்டில், வீழ்ந்த மரத்தின் ஒற்றைப் பூ மட்டும் விழுந்து கிடந்தது. நடுங்கிய கைகளில் எடுத்தேன். கையில் பட்ட மஞ்சள் காயம்போல் வலித்தது.

அந்த முற்றத்தில் நிரந்தரமாய்ப் போடப்பட்டிருந்த என் மேசை – நாற்காலி – தாள் – பேனாவில் சரிந்தேன். எப்போது அழ ஆரம்பித்தேன்; எப்போது எழுத ஆரம்பித்தேன்; எழுதி முடித்து அங்கேயே எப்போது மயங்கினேன் என்று தெரிய வில்லை.

அன்று நான் எழுதிய கடிதம், இன்னும் நான் அனுப்பாமல், எப்படி அனுப்புவதென்று தெரியாமல் என்னிடமே வைத்திருக்கும் ஒரே கடிதம். ஒரு பூவிடம் நான் கேட்ட மன்னிப்புக் கடிதம்.

"மஞ்சள் பூவே! உன்னிடம் காலவரையற்ற மன்னிப்புக் கோருகிறேன்.

காலை வரை நீ இருந்தாய். உன் குடும்பம் இருந்தது. உன் மூதாதையர் இருந்தனர். இன்று யாருமில்லாமல் செய்து விட்டார்கள்.

உன் தாய் – தந்தையிடம், உறவுகளிடம் – நண்பர்களிடம் என்னை மன்னிக்கச் சொல்.

நீ ஒரு மஞ்சள் பூ மரம்.

உன் பெயர் கூட எனக்குத் தெரியாது. வேராய் – கிளைகளாய் – கொப்புகளாய் – இலைகளாய் – மொட்டுகளாய் பூக்களாய் – தளிர்களாய் இருந்த உன் குடும்பத்தைப் பற்றி எதுவும் தெரியாது.

ஆனாலும், என் பக்கத்திலேயே இருந்தாய். வேறு வேறு இனமென்றாலும் நீயும் நானும் பல வருடச் சிநேகிதம். வீட்டின் உள்ளே இருந்த பொழுதுகளை விட, முற்றத்தில் எட்டிப் பார்க்கும் உன்னோடு இருந்ததே அதிகம்.

மழை பெய்தால், பச்சையாய் நீ சிரிப்பதைப் பார்த்திருக்கிறேன். உன் வாசம் நுகர்கிற சாக்கில் முத்தமிட்டிருக்கிறேன்.

வெயில் படும்போதெல்லாம், உன் தேகம் பொன் மஞ்சளாகும். நீ பக்கத்தில் இருப்பதே ஒரு தெம்பாக இருக்கும்.

இரவில், உன் இலைகளைப் பார்த்துவிட்டு உறங்கப் போவேன். வெகு பகலில் – மஞ்சளாய்ப் பூத்து நிற்பாய்.

மரத்தின் உருவில், சொர்க்கமே அருகில் இருந்ததுபோல் கர்வப்பட்டேன். வீட்டிற்கு வருவோரிடமெல்லாம் ஆனந்தமாய் அறிமுகப்படுத்துவேன்.

உன்னைப் பற்றிச் சிலாகித்தபோதெல்லாம், நீ அடக்கமாய் தலை குனிந்திருப்பாய்.

உன்னைச் சொந்தம் கொண்டாடுபவர்கள், பக்கத்து மாடிக் குடியிருப்புக்காரர்கள்.

உன்னோடு இருந்தாலும் உன்னைக் கடந்து போகிறவர்கள். நீ இருப்பதையே பல சமயம் மறந்து போகிறவர்கள்.

என்ன ஒட்டோ – என்ன உறவோ, என் பக்கம் நீ சாய்ந்து விட்டாய். நானிருக்கும் மாடி வரைக்கும் நீ வளர்ந்து வந்த தாகவே உணர்ந்தேன்.

உன்னைப் பார்க்க வரும் வண்டுக்கும் – தேனீக்கும் எல்லாம் என் முகம் பரிச்சயம்.

ஒரு நாள். அவர்கள் உன்னைச் சந்திக்க வந்து, அமர்ந்த தேன் எடுப்பதையும், நீ தேன் சுரப்பதையும் பார்த்து மலைத் திருக்கிறேன்.

தூரம் நின்று உன் ஒருநாள் வாழ்க்கையைப் பிரமித் திருக்கிறேன்.

உன்னை, ஒற்றை மரமாக என்னால் நினைக்க முடியவில்லை.

நீ இந்தப் பிரபஞ்சத்தின் தாவர வாரிசு!

எழுதும்போதே அதிர்கிறேன்.

நேற்றிரவு மழையில், பலமில்லாத அந்த ஓரச்சுவர் விழுந்தது. அவ்வளவுதான். கூடி விட்டார்கள். ஏதோ முடிவெடுத்தார்கள்.

புதுச்சுவர் கட்டத் தயாரானது வரை தெரியும்.

இதோ, சுவருக்குச் சம்பந்தமேயில்லாமல் – வேர் இணக்கம் கூட வைத்துக்கொள்ளாத உன்னை வீழ்த்தியிருக்கிறார்கள்.

மழை ஈரம் கூடக் காயாத இடத்தில் நீ சரிந்து கிடக்கிறாய், அங்கம் அங்கமாய்.

மனிதனுக்கு உன்னைப் பற்றி நிறைய தெரியவில்லை என்று நினைப்பேன். ஒன்றுமே தெரியவில்லையே!

உயர முற்றத்தில் நின்று, கால் நடுங்க நீ வாழ்ந்த இடத்தை, தடத்தைப் பதைபதைத்துப் பார்க்கிறேன்.

தளிராய் இருந்து – மரமாய் மாறி – பூச்சொரிந்து – கிளை விரித்து – காற்று வீசி – நிழல் பாய்ச்சி – பனி சுமந்து – மழை தாங்கி – வெயில் ஏற்று – நின்ற இடத்தில் பல நூறு உயிர் களுக்குத் தாயாய், பசி போக்கும் இயற்கையாய் இருந்ததை எவருமே புரிந்து கொள்ளவில்லையா?

இன்று கிளம்புகையில்கூட உன்னிடம் பேசினேன், மாலையில் சந்திக்கிறேனென்று. அதற்குள் உன்னை மரிக்கச் செய்து விட்டார்கள்.

உனக்கும் மூச்சிருக்கிறது என்று தெரியாத சமூகத்தில், நானும் ஏன் மூச்சு விட்டுக்கொண்டிருக்கிறேன்?

நீ எட்டிப் பார்க்காத இந்த முற்றத்தில் உட்கார்ந்து, உனக்காக எழுதிக்கொண்டிருக்கிறேன்.

அவர்கள் யாரும் உனக்குத் தண்ணீர் ஊற்றியதில்லை. உரம் காட்டவில்லை. வாஞ்சையாய்த் தொட்டதில்லை. உன்னை முழுசாய் நிமிர்ந்துகூடப் பார்த்ததில்லை.

வெட்ட மட்டும் உரிமை எப்படிக் கிடைத்தது?

இன்னும் பத்து நாள் போனால், 'இங்க ஒரு மரம் இருந்துச் சில்ல' என்று கடந்து போவார்கள்.

நீ வெட்டப்பட்ட பிரதேசத்தில், சுவர் ஒன்று உயரமாய் முளைத்திருக்கும்.

மஞ்சள் பூவே! இந்தக் கருணையில்லாத செய்கையில் தப்பித்து, என் முற்றத்திண்டில், நீ மட்டும் விழுந்து கிடக்கிறாய்.

உன் பெற்றோர் - உறவுகள் - உன் வேரான மூதாதையர் யாவரும் குப்பையில் தூக்கி வீசப்பட்டுவிட்டார்கள்.

உன் வாடிய உடல் என்னை வதைக்கிறது.

உன்னிடம் மன்னிப்புக் கேட்கக்கூட அருகதையற்ற நிலையில், அழுது அழுது எழுதிக்கொண்டிருக்கிறேன்.

உன் மரம் சரிந்த நேரம் நான் உறங்காமல் இருந்திருந்தால், நிச்சயம் இந்தப் பயங்கரம் நிகழாமல் தடுத்திருப்பேன். இயலாமையால் புழுங்குகிறேன்.

'ஒருவனால் மட்டும் ஒரு மரத்தின் உயிர் காக்கப்பட்டு என்ன ஆகப் போகிறது?' - உபதேசிப்பார்கள்.

ஊர் ஊராய் - மரம் மரமாய் மரணிக்கும்போதெல்லாம் என் மனித இனத்தின் மீதே அச்சம் வருகிறது.

தனக்கு முன்பிருந்தே இருக்கும் இயற்கையைக் கொன்று விட்டுத் தான் மட்டும் இன்னும் பன்னெடுங்காலம் இருக்கப் போவதாய் நினைக்கிறான், மனிதன்.

வெறும் ஜடப்பொருளா நீ? ஜகப் பொருள்!

நீ பல்லுயிர்க் கூடம்.

நீ சூரியத் தோழி.

நீ மண் எழுதிய பசுங்கவிதை.

உயிர் இருக்கும் வரை உயிரூட்டும் உயிர்.

மனித நன்றிக்கெல்லாம் அப்பாற்பட்ட ஈகைப் படைப்பு!

இதோ, சிதறிக்கிடந்த உன் துண்டுகளைக் கூட காலில் படுமென்று பெருக்கித் தள்ளிவிட்டார்கள். இடம் இப்போது தான் விசாலமாக இருக்கிறதாம். ஏதோ சாதித்த பெருமையோடு, படியேறி வீடு புகுந்துவிட்டார்கள்.

.... மஞ்சள் பூவே!

நீ இருந்த இடத்தில் இப்போது வெறுமை.

நாளை உன்னைத் தேடி அதிகாலை முதல் அந்த வண்டு களும், தேனீக்களும் வந்துவிடுமே!

உன்னைப் பார்க்க கதை பேச – தேனெடுக்க – உறவாட – உன்னோடு வாழ வருமே... என்ன பதில் சொல்வேன்?

'இந்தக் கொடுமைக்கெல்லாம் நீயும் சாட்சியா?' என்று என்னைச் சத்தமிட்டுச் சாடுமே, என்ன செய்வேன்?"

...

கடிதம் முடிந்தது.

காலத்திடம் என் ஆதங்கம் தொடர்ந்தது.

4

ஆர்?

"நான் ஆர்? என் உள்ள மார்? ஞானங்கள் ஆர்?
என்னை ஆர் அறிவார்?
வானோர் பிரான் என்னை ஆண்டிலனேல்?"
...

"இறைவன் என்னை ஆட்கொள்ளவில்லையென்றால், நான் யாரோ? என் உள்ளம் எத்தகையதோ? என் அறிவு எவ்விதத்தில் அமையுமோ? என்னை அறிந்து கொள்பவர் தாம் யாரோ?"

மாணிக்கவாசகர் அருளிய திருவாசகத்தில், திருக்கோத்தும்பி தலைப்பின் இரண்டாவது பாடலின் முதல் சில வரிகள்.

கேள்விக்கென்ன பதில்? – சாமானியர்கள். கேள்வியே பதில் தான்! – ஞானிகள்.

நமக்கு இங்கு நிறைய கேள்விகள். பிறந்த வருடத்திலிருந்து விடைபெற்றுக் கிளம்பும்வரை ('விடை' பெற்றுக் கிளம்புகிறோமா... என்று தெரியாது.) கேள்விகள் சேர்ந்துகொண்டே தான் போகின்றன.

எழுகிற எல்லாக் கேள்விகளுக்கும் முடிந்தவரை தீர்வு கண்டு பிடித்து, அறிவாளியாக அறிவித்துக்கொள்கிறோம். முடியாத வற்றைப் புறந்தள்ளிவிட்டு, புதிய கேள்விகளுக்கு ஆளாகிறோம்.

'நான் மட்டுமே ஆசிர்வதிக்கப்பட்டவன்' என்று மகிழ்ச்சியின் உச்சத்திலும், 'நான் மட்டுமே சபிக்கப்பட்டவன்' என்று துயரத்தின் ஆழத்திலும் நமக்கு நாமே பட்டம் சூட்டிக் கொள்கிறோம்.

‘இங்கு யாருமே அநுபவிக்காத புது சுகத்தை நான் அநுபவிக்க வில்லை. இங்கு யாருமே சந்திக்காத புது வலியை நான் சந்திக்கவில்லை’ என்கிற தெளிவு வாய்க்கும்வரை எல்லாமே முடிச்சுகள்தாம்.

இறைவன் குறித்த நம்பிக்கைகளும், குருமார்கள் பற்றிய தேடல்களும், தன் வலியில் தள்ளாடும்போது பற்றிக்கொள்ளும் ஊன்றுகோல்களாகத்தான் இருக்கின்றன.

இறைத்தன்மையின், பிரபஞ்ச சக்தியின் ஒரு துளியாகத்தான் இந்தப் பிறப்பே இருக்கிறது. இந்த உடலும், ஐம்பொறிகளும், தினப்படி வாழ்க்கைச் செயல்களும், எதையும் நின்று நிதானித்து, கவனித்து நடக்க உதவி செய்யாமல் ஏதோ வேகத்தோடு இழுத்துச் செல்லத்தான் செய்யும்.

‘நான் தனிதானே? எல்லோரும் நானும் ஒன்றா?’ முக்கியக் கேள்வி, மனதில் தங்கியே இருக்கும்.

சுய சரிதங்கள் குறைந்தது பதினைந்தாவது வாசிக்கும்போது, ‘ஒவ்வொருவரும் தனிதான். ஆனால், எல்லோரும் ஒன்றுதான்’ என்கிற அப்பட்டமான உண்மை விளங்கும்.

பல நூற்றாண்டுகளுக்கு முன், மன்னன் ஒருவன் முன்னி லையில் கோவில் குடமுழுக்குக் கோலாகலம். சிற்பிகள் கௌரவிக்கப்பட்டு, குடிமக்கள், அரசாங்கப் பிரதிநிதிகள், அரசக் குடும்பத்தினர் சூழ்ந்திருக்க, முரசு, சங்கொலி, இன்னபிற நாத மங்கலச் சத்தம். கல்வெட்டு பதிக்கப்படுகிறது. செம்புப் பாத்திரங்கள் நிறைய பூக்கள் இறைக்கப்பட்டு... ஹோவென்று அந்த இடமே அழியாத ஓர் ஓவியமாய், அங்கிருக்கும் எல்லோர் மனதிலும் கிளர்ச்சியூட்டுகிறது.

இப்படி ஒரு கணத்தில் நிகழ, அதே இடத்தில், இன்னொரு கணத்தில், 2016–இல் அக்கல்வெட்டினை வேடிக்கையைப்போல் தடவி வாசித்துக் கொண்டிருந்தேன். கால விரல் பிடித்துப் பின்னோக்கிச் செல்ல எத்தனிக்கிறேன். ம்ஹூம்!

அந்த அரசனும் சூழ்ந்து நின்றவர்களும் எங்கே? அந்தப் பூச்சருகுகள்? போனதில் உயர்திணையென்ன, அல்லாத திணை யென்ன!

யுகம் யுகமாய் நிகழ்ந்து, கடந்து, என்றேனும் ஓர் கணம் முடியப்போகும் இந்த ஆட்டத்தில் நான் ஆர்? என் உள்ள மார்? ஞானங்கள் ஆர்? என்னை ஆர் அறிவார்?

நான் பிறக்கும் சாத்தியக்கூறுகளை நிச்சயப்படுத்திய விந்தணுக்கள் வேறொன்றாக மாறியிருந்தால், எனக்குப் பதில் வேறு யாரோ அல்லவா பிறந்திருப்பார்? இந்தக் கட்டுரை?

இங்கு நான் எழுப்பிய கூச்சல்கள், தொட்டவற்றில் எல்லாம் பட்ட என் ரேகைகள், உண்டு உண்டு கழித்த உணவுப் பதார்த்தங்கள், தழுவிய உடல்கள், பெற்ற பரிசுகள், மூளையில் ஏற்றிக்கொண்ட குறிப்புகள், அழகாக உடுத்தி, மீண்டும் உடுத்தி உடுத்தி அழுக்காக்கிக் கிழித்து, அழுக்கில் தூக்கிப்போட்ட ஆடைகள், விட்ட கண்ணீர், கொடுத்த சத்தியங்கள், வசீகரிக்கச் செய்த வித்தைகள், 'இது இல்லையெனில், நான் இல்லை' என்று அழுது புரண்ட சம்பவங்கள்,

அத்தனையும் ஓர் கண அரங்கேற்றம்தானே?

"இன்பமும் துன்பமும் ஓர் கணத்தோற்றம்;
இளமையும் செல்வமும் ஓர் கணத்தோற்றம்;
இங்கு தோல்வி முதுமை ஓர் கணத்தோற்றம்."

– எப்போதும்போல், அக விசாரணைக்கு உதவியாக பாரதியார் வருகிறார்.

என் இயக்கம், பல அணுக்களின் அசைவில், ஒன்றை இன்னொன்று தொட்டு, இன்னொன்றை இன்னொன்று தொட்டு, தொன்று தொட்டு இப்படித்தான்.

தன்னை உணர்ந்த, உணர முற்பட்ட ஞானிகள்கூடத் தப்பிக்க முடியாத வினோத அடைப்பு, இந்தப் பிரபஞ்சக் கூடு.

வலியைப் பொறுத்துக் கொள்வார்களே தவிர, புற்று நோய் பரவத்தான் செய்தது. அறுவைச் சிகிச்சையும் நடந்தது. 'இது தெய்வீக உடல்; இது சராசரி உடல்' என்று நோயோ, வலியோ பாகுபாடு பார்ப்பதில்லை.

இங்கு வந்துவிட்டால் எல்லாம் வந்துவிடும்!

'எது நேர்ந்தாலும் ஏற்றுக் கொள்க!' என்கிற நிறைவான போதனை காதில் புகுகிறது. செயலில் புகவில்லை.

உயர்ந்த தத்துவங்கள் உச்சரித்துக்கொண்டு, இதிகாசக் கதாபாத்திரங்களை மெச்சிக்கொண்டு, ஆனால், எல்லோருடனும் இணங்க முடியாமல் திட்டிக்கொண்டு, குறை குறையாய் நிறைந்து கிடக்கிறது, பலர் வாழ்க்கை.

என் குமார் / 43

எத்தனை அறிந்தாலும், அவரவர் இச்சைப்படி, இஷ்டப்படி தான் சுற்றுகிறதோ, அவரவர் சக்கரம்.

'இந்தப் பிரபஞ்ச நகர்வில் ஏதோ ஒரு சூட்சுமம் இருக்கிறது. நானொரு கருவி, கருவில் முளைத்த கருவி, வெறும் கருவி' என்று கருதிக்கொண்டால் போதும். புரிதல் பிரசவிக்கும். பாடம் ஆரம்பிக்கும்.

விபத்தில் அடிபட்டுக் காயம்பட்ட நண்பனை, பழங்களோடு சென்று சந்தித்து, ஆறுதல் சொல்லி நிதானம் குறித்து அறிவுறுத்துகிறேன். பின்னொரு சமயம், ஓய்வின்மையால் உடல் நலம் குன்றிப் படுத்துக் கிடக்கும் என்னை, அதே நண்பன் சந்தித்து, தன் பங்குக்கு ஆரோக்கியம் பற்றி அறிவுறுத்தி விட்டுப் போகிறான்.

ஒரு முறை, மரண வீட்டில் ஒருவருக்கு நாலு வார்த்தை ஆறுதல் சொல்லிவிட்டு வந்தால், இன்னொரு முறை, நம் துக்க அழுகைக்கு ஆறுதலாய், நம் தோளில் அதே ஆளின் கைகள். கொடுப்பவராக மட்டுமே அவதாரம் எடுத்தெல்லாம் வர முடியுமா?

பெரிய புகழுக்குச் சொந்தமான ஓர் இளம் நடிகர், அவருடன் விமானத்தில் பயணித்த பிரபலமான நகைச்சுவை நடிகர், அவரது விலை உயர்ந்த அழகான வாட்ச்சைப் பார்த்து, "நல்லா இருக்கே, நைஸ் சார்!" என்று சொன்னதும், அப்படியே கழற்றிக்கொடுத்திருக்கிறார். இவருக்கு அன்பு அதிர்ச்சி. இன்னொரு சமயம், அவருக்கு இந்த நகைச்சுவை நடிகர் ஆசையாக ஒரு பொருளைப் பரிசாக நீட்ட, அவர் மறுத்து விட்டுச் சொல்லியிருக்கிறார், "ஐயம் த கிவ்வர், ஆல்வேஸ்!"

அப்படியா? கொடுப்பவராக மட்டுமே அவதாரம் எடுத் தெல்லாம் வர முடியுமா?

கொடுப்பது, புகழ் கொடுக்கலாம். வாங்குவதில், ஞானம் கிடைக்கும்.

தெருவுக்கு இரு வரிசைகள். வரிசைக்கு முப்பது வீடுகள். மொத்தம் அறுபது வீடுகள்.

திருமணம், கடன் சுமை, உறவில் விரிசல், விருந்து, புதுச் செருப்பு, பதவி உயர்வு, எலித்தொல்லை, பாதியில் நின்ற வண்டியைத் தள்ளிக் கொண்டு வந்தது, நெஞ்சு வலி பயம்,

திடீர் பாராட்டு, பணப்பை தொலைந்தது, முடி உதிர்வது, பழைய நண்பர் சந்திப்பு, நெருங்கியவரின் விபத்து மரணம், புதிய வீடு மாற்றம்...

என்னென்ன நடப்பதற்குச் சாத்தியங்கள் உண்டோ, எல்லாமும் ஒரே வீட்டில் மட்டும் நடப்பதில்லை. எல்லோர் வீட்டிலும் ஒரே நேரத்திலும் நடப்பதில்லை. நேற்று எதிர் வீடு. சென்ற வருடம் தெருக்கோடி வீடு. இன்று நம் வீடு. ஆக அறுபது வீடும் அநுபவித்தே ஆகவேண்டும்.

அநுபவம் பொதுமை!

என்றாலும், எல்லோரும் புதுப் புது நம்பிக்கைகளோடு மூச்சு விட்டு வரிசையில் நிற்கிறார்கள். அட... அந்த வரிசையில் நானும். எனக்கு முன்னால் இத்தனை பேர்!

வரிசையில் நின்று வரிசையை வேடிக்கை பார்க்கிறேன். இப்போது இன்னும் பலர் சேர்ந்து வரிசையை நீட்டியிருக் கிறார்கள்.

கூட்டக் குமிழ்களில் ஒன்றாய் அசைபோட்டுப் பார்க்கிறேன். நடப்பதெற்கெல்லாம் நான் மட்டுமே காரணம் என்றால், என்னை விட முட்டாள் இல்லை. நான் காரணமே கிடையாது என்றால், நான் வாழவேயில்லை என்றாகிவிடும்.

கேள்விக்குக் கேள்விதான் விடையா?

இப்படிக் கேட்டுக்கொள்ளத்தான் உயிர் இழுத்தேனா? உடம்பெடுத்தேனா?

"நான் ஆர்? என் உள்ள மார்? ஞானங்கள் ஆர்?

என்னை ஆர் அறிவார்?

வானோர் பிரான் என்னை ஆண்டிலனேல்?"

உண்மை. அந்த வானோர் பிரான் என்னை ஆட்கொண்ட தினால்தானே கேள்விகூட உதிக்கிறது. மெய் தேடத் தூண்டு கிறது.

இப்படிக் கேள்விகளுக்கு ஆட்பட்டு, அந்தக் கேள்வி களாலேயே இறைமையால் ஆட்கொள்ளப்பட்டது, பாடிய மாணிக்கவாசகர் மட்டுமா?

கேட்டுத் தூது போன கோத்தும்பியும்தானே!

...

காலத்திற்குப் பிடித்த வார்த்தை, 'கேள்வி!'

5

அவளுக்குப் பெயர் இல்லை

"போடா... டேய்... ஒதுங்கிப் போடா சீக்கிரம்... ஏய்!" – வாடகை டாக்ஸியின் மேலே, ஈர டிராயர் மட்டும் அணிந்த இரண்டு இளைஞர்கள் உட்கார்ந்து கத்தியபடியும், கார் ஜன்னல் வழியாக ஒருவன் கைகளால் வண்டியைக் கோபமாய்த் தட்டிக்கொண்டேயும் செல்ல, சாலையில் எல்லோரும் சிதறி நகர்ந்தார்கள். சீறியபடிக் கடந்துபோன அந்த டாக்ஸியின் பின் இருக்கையைக் கவனித்தேன். பரபரப்பாக இன்னும் இரண்டு இளைஞர்கள். மடியில் ஒருவன். கால்கள் ஜன்னலில் நீட்டியபடி...

விபத்தோ? கடற்கரையில் குளிக்கும்போது ஏற்பட்ட அசம்பாவிதமோ? போவது இராயப்பேட்டை மருத்துவ மனையாக இருக்குமோ? அந்த வழியாகப் போன எல்லோ ருக்கும், அது பதற்றம் தொற்றிக்கொண்ட சாயங்காலமானது.

நிறுத்தியிருந்த என் மோட்டார் சைக்கிளை மீண்டும் இயக்கி, ஏதேதோ யோசனைகளோடு அந்தக் கோவிலை அடைந்தேன். செருப்பு டோக்கன் போடும் கிழவருக்கு என் வேகக் குறைவு ஒத்துக்கொள்ளவில்லை. "சீக்கிரம்.... பின்னாடி நிக்கறாங்க..." என்றார்.

உள்ளே கூட்டத்திற்குக் குறைவில்லை. பரவசம், தானாகவே பரவி விடுகிற சூழல். எத்தனை எத்தனை பிரார்த்தனைகள்.

எல்லாவற்றிற்கும் உள்ளே இருப்பவள் செவி சாய்க்கிறாளா?

மூதாட்டிக்கு அனுசரணையோடு வழிவிட்டு, பின்னால் நகர்ந்துகொண்ட புதுத் தம்பதி.

ஏதோ சத்தியத்துக்குக் கட்டுப்பட்டவர்களாய் எல்லோர் முகத்திலும் அமைதி. உள்ளே என்னவாக இருப்பார்கள்? முழு நம்பிக்கை? அரை நம்பிக்கை? முக்கால் நம்பிக்கை?

அதுசரி, நான் என்னவாக இருக்கிறேன்? குவிய வேண்டிய இடத்தில்தான் பரந்து விரிந்து பறக்கிறது சிந்தனை.

தேங்காய் உடைத்தாலும் உடைக்காவிட்டாலும், இந்த நர்த்தன விநாயகர் வந்து நிற்கிறவனிடம், 'நீ என் இஷ்ட பக்தன்தான்' என்று கால் தூக்கிச் சிரிக்கிறார்.

கடந்து நகர்ந்தால் அங்கே பெருங்கூட்டம்.

வரிசையில் நின்று அவளை நெருங்குவது பெரிய காத்திருப் பாயில்லை. சுவாரசியம் பற்றிக்கொள்கிறது. அவளைப் பார்ப்பதற்கு முன்னால், அவளைப் பார்க்க வந்தவர்களைப் பார்ப்பதே அவசியமான அநுபவமோ?

குட்டிக் குட்டித் தாளில் விண்ணப்பங்கள், அவள் பாதங ்களைத் தொட்டுவிட்டு வருகின்றன.

எல்லோருக்கும் ஒரு காரணம் வருமோ, இங்கு வர? எனக்கு என்ன காரணம்? ஒரு வகையில் நான் வர, பிறர் காரணம்!

"இத்தனை வருஷம் இங்க இருந்தும் இன்னும் நீங்க போகலையா?" எல்லோரும் கேட்டுக் கேட்டே, இதோ வந்தா யிற்று. நுழைவாயில் படிகளில் பொங்கி நனைத்த தண்ணீர் இன்னமும் பாதங்களில் சில்லிடுகிறது.

சுற்றும் முற்றும் வேடிக்கை பார்க்கிறேன். அங்கங்கே ஒவ்வொரு சந்நிதியிலும் நின்று மேள நாகசுர வாத்தியங்களில் சின்ன வாசிப்பை உதிர்த்துவிட்டு நகர்கிறார்கள்.

கோவில் ஒலி பெருக்கிப் பாடலில் சுத்தானந்த பாரதியின் ஆதங்கம் கரை உடைத்து வழிகிறது.

"எப்படிப் பாடினரோ... அடியார்

அப்படிப் பாட நான்

ஆசை கொண்டேன் சிவனே..."

இதோ, இந்தத் தாள இசைக்குப் பிறகு என்ன வரிகள் வரும்? பாதி வரைதான் நினைவிருக்கிறது. எதையும் முழுதாகக் கற்றுக்கொள்வதற்குள், இன்னொன்று மூளைக்குள் திணிக்கப்

பட்டு, அதுவும் பாதி, இதுவும் பாதி. வேறெதுவும் புதிதாகத் தெரிந்துகொள்வதற்கு முன், வயதுக்குப் புதிதாக இரண்டு மூன்று நரை பிறந்துவிடுகிறது.

எதிரில், ஒரு இடுப்பில் அமுங்கியிருந்த சிறு குழந்தை, 'டப் டப்'பென்று எதையோ பார்த்துக் கன்னத்தில் போட்டுக் கொள்ளும்போதுதான் கவனித்தேன். இதோ, அவளின் இடத்தை நெருங்கிவிட்டேன்.

கூட்டம் அசாதாரண நெருக்கம் கூட்டியது. ஒவ்வொரு வாயிலும் ஏதோ முணுமுணுப்பு. ஒன்றும் தெரியாத எனக்கு எல்லாம் காட்சி. காட்சி. கண்காட்சி. திருவிழா வேடிக்கை.

"தாயே... அம்மா!" திடீரென்று உச்சக் குரலில் கை தூக்கி அழுத பெண்மணியின் அசைவில்... இதோ பார்த்துவிட்டேன்.

இருட்டறைக்குள், சுடர் விரித்த விளக்கின் பிரகாசக் குளியலில் அவள் முகம். அலங்காரப் பிரியை என்று சொன்னார்கள். அவள் கேட்டாளா? நம் திருப்திக்கு வடிவு செய்து பார்த்து, நாம் வர்ணித்து, நாம் அழுது, நாம் கேட்டு, நாம் வாங்கி, நாம் நன்றி துதித்து... எல்லாவற்றையும் பார்த்த மௌன சாட்சியாய்த் திறந்த விழிகள்; சிறு உதடுகள்; பெரும் கள்ள நகைப்பு.

"விசேஷ நாள் இல்லைல்ல... அதான் பெரிய அலங்காரம் இல்லை" சொல்லியபடி முன்னாலிருந்தவர் நகர, தலை நிமிர்த்திப் பார்த்தேன். அவளின் தகதகப்பே அழகான அழகா யிருந்தது. குங்குமமும், மஞ்சளும், சூட்டிய பூவும்கூட அவளுக்கு நகைதான் போலிருக்கிறது. அவளைப் பார்த்துக் கொண்டேயிருந்தால், கண்ணைப் பறித்துவிடுமோ என்று, தானாகவே தான் கண் மூடுகிறதோ!

சந்நிதிக்குள்ளே ஒட்டிக்கொண்ட கூட்டத்தில் யாருக்கும் பேச்சேயில்லை.

அவரவர்க்குத் தெரிந்த மந்திரங்கள் ஓங்கியும், அமிழ்ந்தும், நின்றும் போயிருந்தன.

கொஞ்சம் வயது தட்டிய தன் மகளின் கைப்பிடித்துக் கொண்டே பெரியவர் ஒருவர், கருவறை பார்த்து, "உனக்குத் தெரியாதா? வாராவாரம் வந்து சொல்லணுமா? இன்னும்

காத்திருக்கணுமா? சொல்லு.... உனக்குத் தெரியாதா?" என்று அதிரத் தொடங்கினார்.

குனிந்த தலையோடு தன் அப்பாவின் கையிலிருந்து தன் கையை மெதுவாக விடுவித்துக்கொண்ட அந்தப் பெண்ணின் கூச்சம், வரிசையிலிருந்த சில பெண்களை இம்சித்தது. பச்சாதாபத்துடன் பார்த்தார்கள்.

சீர் வரிசைபோல் அலட்டல் தட்டுகளுக்கும், துண்டு சூடம், இரண்டு வெற்றிலை, எலுமிச்சைப்பழத் தட்டுக்கும் அவள் ஒரே மாதிரிதான் சிரிக்கிறாள்.

அழுது அரற்றுபவனுக்கும், உணர்ச்சி காட்டாமல் கடந்து செல்பவனுக்கும் ஒரே பதில்தானா அவள் முகத்தில்?

எங்கெல்லாமோ ஓடி, முட்டி மோதி, கடைசியில் இங்கே வந்து வீழ்ந்தவர்களைப் போல, எல்லோர் கண்களிலும் சொல்லிவைத்தாற்போல ஒரு களைப்பு. அண்டிக்கொண்ட நிம்மதி.

திரும்பத் திரும்ப எத்தனை முறை வந்து பார்த்தாலும் அவளேதானே!

இதற்கு மேல் இங்கே அவளிடம் முறையிடவும், கேட்டு வாங்கவும் எனக்கொன்றும் இல்லை. கேட்காமலேயே கையில் சிறு சாரல் போல் விழுந்த குங்குமத்தை நெற்றியில் இட்டுக் கொண்டு பிரகாரமாய் வெளியேறினேன்.

நுழைவாயில் வழியாக வந்த சிறுமி ஒருத்தி, தனது மஞ்சள் பாவாடையை கொஞ்சமாய்த் தூக்கி, தொபுக்கடீரென்று கல் தரையில் விழுந்து வணங்கிக்கொண்டிருந்தாள்.

கோபுரத்துப் பறவைகள் வருவதும் போவதுமாய்ச் சத்தமிட்டுக் கொண்டிருந்தன.

செருப்பு டோக்கன் நீட்டாமலேயே என் செருப்பை எடுத்துப் போட்டார், கிழவர்.

விடுமுறை நாளென்பதால், அடைபடாத சாலை. சீக்கிரம் போய்விடலாம். வீட்டை நோக்கிப் புறப்பட்ட என் வண்டி, ஏதோ சிந்தனையில் இராயப்பேட்டை மருத்துவமனைக்குள் நுழைந்தது.

இங்கேதான் வந்திருப்பார்களா? எங்கே போய்த் தேடுவது? யாரிடம் விசாரிப்பது?

"யாரு சார்?"

"இல்லை, இன்னைக்குச் சாயந்தரம் ஒரு அஞ்சாறு பசங்க.... கார்ல... தூக்கிட்டு வந்தாங்க"

"அந்த பீச் பசங்களா?"

"அந்தப் பையனுக்கு எப்படி இருக்கு?"

"தோ, மரம் இருக்குல்ல, அந்தப் பக்க வாசலுக்குப் போங்க. அங்கேதான் அதுக்கெல்லாம்..."

நடந்து போகப் பிடிக்காமல் ஓடினேன்.

ஒரு ஊரே முண்டியடித்துக்கொண்டிருந்ததுபோல் கூட்டம்.

"பையன் இந்த ஏரியாதான். ஒண்ணாக் குளிக்கும்போது உள்ளே போயிட்டான். மூச்சுத் திணறி, வரும்போதே போயிருச்சு போலயிருக்கு..."

சொன்னவரிடம் மேற்கொண்டு வேறு என்ன கேட்பதென்று தெரியாமல், சுவர் அருகே நின்றுகொண்டேன்.

"அப்பா இல்ல. ஒரே புள்ள. அம்மாக்காரி, தோ... அதிர்ச்சில கெடக்குறா. படுக்க வெச்சிருக்கு."

ஒரு மீன் பாடி வண்டியில், நாலு பெண்களின் மடியில் பரிதாபமாகக் கிடந்தாள், அந்த அம்மா.

டாக்ஸியின் மேலே கத்திக்கொண்டு வந்த இளைஞர்கள் தலையில் அடித்தபடி குமுறிக்கொண்டிருந்தார்கள்.

எத்தனை அழுகை... எத்தனை மயக்கம் பார்த்துவிட்டது இந்த சிமெண்ட் வாசல்.

"பையன் பேர் என்ன சார்?" சுவர் அருகே வந்த கான்ஸ்டபிள் பேனா எடுத்தார்.

"பேரா? தெரியல சார். அங்க கேளுங்களேன்..." கை காட்டினேன்.

புரியாத பார்வையோடு இன்னொரு முறை கேட்டுக் கொண்டே அவர்களை நோக்கிப் போனார்.

நகர்ந்தேன். நெஞ்சு முழுக்க ஏதோ மருந்து வாசனை. உடையில் ஒரு கசகசப்பு. வண்டியை உருட்டிக்கொண்டு, வாசலில் வந்து கிளப்பினேன்.

வீட்டை நெருங்கும்போது, வண்டி வெளிச்சம் காட்ட வேண்டியிருந்தது.

கதவைத் திறந்த அம்மா நெற்றியைப் பார்த்துக்கொண்டே விசாரித்தாள்.

"ஏன்... இவ்ளோ நேரம்டா? சரி... சாப்பிட வா"

"குளிச்சிட்டு வந்திடறேன்."

குளித்த ஈரம் உடம்புக்குத் தேவைப்பட்டது. துவட்டிக் கொள்ளாமல் மாற்று உடையோடு சாப்பிட வந்தேன்.

"கோவிலுக்காடா போயிருந்தே?"

"ம்"

"எங்கே?"

"மயிலாப்பூர் நித்திய கல்யாணி"

"ஏய்... அது கற்பகாம்பாள்டா!"

நான் கோவிலுக்குப் போன சந்தோஷத்தை அம்மா அநுபவிக்குமுன், என் இரண்டாவது பதிலே கரைத்துவிட்டது.

அம்மன் அருகே இருந்த பலகை மந்திரத்தில் 'நித்திய கல்யாணி' என்று பார்த்ததாக ஞாபகம். ஒருவேளை எப்போதோ போன ஏதோ ஒரு கோவிலில் வாசித்த பெயரா?

அம்மாவுக்கும் ஊருக்கும் அவள் கற்பகாம்பாள். ஆனால், தனியாக அவளுக்குப் பெயர் இல்லை என்றுதான் தோன்று கிறது.

நான் சாப்பிட்டு முடிக்கும்வரை பொறுமையாக இருந்தவள், தட்டிலிருந்து எழுந்திருக்கும்போது பொருமிவிட்டாள்.

"கோவிலுக்குப் போயிட்டு வந்ததும் இப்படி யாராவது வாரி வாரிக் குளிப்பாங்களா? உனக்கு சரின்னு படுதா இதெல்லாம்? கும்பிட்ட சாமி பேரும் தெரியல... மோசம்டா."

என்னிடம் பதில் இல்லை.

கழுவிய கைகளைத் துடைத்துகொண்டே என் அறைக்குள் நுழைந்தேன்.

நான் மோசம்தான்.

அந்த இராயப்பேட்டை பையன் பெயரும் தெரியவில்லை.

●

இது, நான் எழுதிய சிறுகதை.

அத்தனையும் கற்பனைதானா? ம்ஹூம்! அத்தனையும் நிஜமா? ம்ஹூம்!

ஒரு சாயங்காலம், அலறலோடு அப்படி ஒரு வண்டி கடந்து போனது நிஜம். கடந்து போன பிறகு, நான் கோவிலுக்குள் நுழைந்தது நிஜம். அதன் பிறகு எது நிஜம்? எது கற்பனை? என்று எனக்கு மட்டுமே தெரியும்.

...

காலம் ஒரு நெடுங்கதை. அதில் கடந்து செல்லும் ஒவ்வொரு சம்பவமும் சிறுகதை!

6

"அவங்க பேசிக்க மாட்டாங்க!"

எல்லாக் கல்லூரிகளிலிருந்தும் கலைத்துறையில் பல பரிசுகளை வாங்கியவர்களை மட்டும் கல்லூரிக்கு ஒருவராகத் தேர்ந்தெடுத்து, இன்னும் ஊக்கப்படுத்த, கடற்கரையருகே உள்ள விருந்தினர் இல்லத்தில் ஒரு நிகழ்வு. தனித்திறமை வாய்ந்த மாணவர்களுக்கான பாராட்டு விழா அது.

அடையாள அட்டையைச் சட்டையில் குத்திக்கொண்டு உள்ளே நுழைந்தது முதல் ஒப்புக்குக் கூட யாரோடும் கைகொடுக்கவில்லை. புதிய முகங்கள். குளிர் அரங்கத்தின் ஓர் இருக்கையில் சென்று உட்கார்ந்துவிட்டேன். நாள் முழுக்க இப்படி இருக்க முடியுமா? யாரிடம் பேசி அறிமுகமாகி, சகஜ நிலைக்கு வருவது?

அதற்குள் விழா துவங்கிவிட்டது. ஒவ்வொருவராய் மேடை ஏறவேண்டும். மைக்கில் அவர்களைப் பற்றிய கலைத் தகுதிகள், இதுவரை பெற்ற பரிசு விபரங்கள் வாசிக்கப்படும். மேடையில் நிற்பவர்கள் தங்களைப் பற்றிய சுய அறிமுகம் செய்துகொள்ள வேண்டும். அதன் பிறகு, பத்து நிமிடம் சுவாரசியமாக எதைப் பற்றியும் பேசலாம். தனித்திறமை காட்டலாம்.

சிலர் முறை முடிந்து, என் முறை வந்தது. என்னைப் பற்றிச் சொல்லும்போது, "வாழ்க்கையில் அறிமுகமே தேவையில்லாத நேரத்தை அடைவேன் என்று நம்புகிறேன்" என்று சொல்லி விட்டேன். பதில் வினையாக, பலத்த கைதட்டல் காதில் கேட்டது. அத்தனை கண்களுக்கும் நடுவில், அந்தக் கண்கள் சற்று உற்று நோக்குவதை உணர்ந்தேன். மீண்டும் என் இருக்கை. புதிய கைகளின் குலுக்கல்கள். இருக்கை அருகே இன்னும் சில இருக்கைகள் நெருக்கமாயின.

அத்தனையும் நகர்ந்துபோன பிறகு, புது இருக்கை ஒன்று பின்னால் வந்து அமர்ந்தது. "எல்லார்கிட்டயும் நல்லாப் பேசறீங்களே. என்கிட்ட யாரும் பேசலையே?" குரலின் பெயரை அந்த நீல நிற டி–ஷர்ட்டின் அடையாள அட்டையில் பார்த்தேன். அருணா!

மகளிர் கல்லூரி சார்பாக வந்திருந்த தனித்திறமையாளர். ஓவியக் கலைஞர். அறிமுகம் செய்துகொள்ளும்போதே நெளிந்து பயந்து எல்லோரும் வித்தியாசமாகப் பார்க்கும்படி ஆனவள்.

"முடியறவரை உங்ககூடவே இருந்திடுறேன். வேடிக்கையாவது பார்க்கறேன்." அருணாவிற்கு அந்தக் கூட்டம், அந்தச் சத்தம் ஒத்துக்கொள்ளவில்லை.

உணவு இடைவேளை. மரங்கள் சூழ்ந்த அரங்கப் பின்வெளி. கடல் காற்று, கையிலிருந்த பாக்கு மட்டையைத் தூக்கிப் போடுவதற்குள் உணவு நிரப்பி, ஒதுங்கி ஒதுங்கி எல்லோரும் எல்லோருடனும் பேசிக்கொண்டிருந்தார்கள்.

நான் கொஞ்சம் போல சாப்பிட்டு, நிறைய நிறையப் பேசி, எதைப் பற்றி என்கிற பட்டியலே இல்லாமல், வானத்துக்கும் பூமிக்குமாய் பேச்சு பறந்து தரை இறங்கி, மீண்டும் பறந்து... அன்று அருணா கேட்ட கேள்விக்கெல்லாம் என்னிடம் பதில் இருந்தது. என் பேச்சை இப்படி ஒருவர் உட்கார்ந்து, நின்று, சாய்ந்து கேட்கிற அநுபவம்...

எனக்கு வாய் வலிக்கவில்லை. அருணாவுக்குக் காது வலிக்கவில்லை.

மணி மூன்றைத் தொடும்போது, எல்லாமே மாறியிருந்தது. அருணாவைச் சுற்றி இருக்கைகள் கூடியிருந்தன. புதிய தோழர்கள், தோழிகள் கிடைத்துவிட்ட பரபரப்பு. என் நிகழ்ச்சியைப் பார்க்கக்கூட நேரமில்லாமல், கழுத்து நரம்பு புடைக்க அரட்டை, அரட்டை எல்லோரிடமும் அரட்டை.

காலையில் மூலையில் ஒடுங்கிக் கிடந்த பெண்ணா, இவள்? துடுக்கில்லாத துறுதுறுப்பு. மதியம் அவள் நேரம் வந்தபோது மேடையில் புதிதாய் முளைத்தாள். கிடைத்த கைத்தட்டலில் திணறி இறங்கினாள்.

விழா நிறைவு நேரம். சிறப்பு அழைப்பாளர்கள் அந்த சாயங் காலத்தை இருட்டும் வரை பேசி நிரப்பிக்கொண்டிருக்க,

மறுபடியும், பின்னால் அதே இருக்கை. "கண்டிப்பா இந்த ஸ்பீச்செல்லாம் கேக்கணுமா? என் ஸ்பீச் கேக்கறீங்களா, குமார்?"

விழா அரங்கின் வெளியே, நெடுநெடுவென காற்றில் உச்சி ஊசலாடிக்கொண்டிருந்த நெட்டிலிங்க மரங்களின் கீழே, தனக்கு அன்று கிடைத்த பரிசுகளை நீட்டி, "தேங்க் யூ குமார். நான் பேசி வாங்கின ரெண்டு பரிசு. உங்களாலதான். நல்லா வரைவேன். நிறைய ப்ரைஸ்லாம் டிராயிங்லதான். அதான் செலக்ட் பண்ணி காலேஜ்ல அனுப்பினாங்க. இங்க, ஹோரல் டே உட்கார்ந்து வேடிக்கை பார்த்துட்டுப் போகத்தான் வந்தேன். முதல் ஆளா நீங்க என்கிட்டப் பேசினப்புறம், எல்லோரும் என்கிட்ட பேசி, எல்லார்கிட்டயும் நானாப் போய் பேசி, தைரியமா மேடை ஏறி... நம்ப முடியுதா?"

அருணாவின் இலேசான மாறுகண்கள் காட்டும் ஆச்சரிய உணர்ச்சிகளை இருட்டு வெளிச்சத்தில் கேட்டுக்கொண்டிருந்தேன்.

"ரொம்ப லொட லொடன்னு இருந்தேனோ? இந்தப் பரிசையெல்லாம் வீட்டுல ஆசையாப் பார்க்க மாட்டாங்க. தனித் தனியா காமிப்பேன். 'ம்... குட்!' அவ்ளோ தான்."

"ஏன்... அப்பா அம்மா வேற வேற ஊர்லயா இருக்காங்க?

"ஒரே வீடு தான். சொன்னா சிரிக்கக்கூடாது."

"ம்..."

"நான் பொறந்து இரண்டாவது வருஷம். என்ன ஆச்சு, என்ன மிஸ் அண்டர்ஸ்டேண்டிங்னு தெரியலை. இப்பவரைக்கும் பேரன்ட்ஸ் பேசிக்கவே மாட்டாங்க. தாத்தா பாட்டி வீட்டுல, காலேஜ்ல, வெளில யாருக்கும் இது தெரியாது. முதல் முதலா உங்ககிட்டதான் சொல்றேன்."

இருபது வயதுப் பெண் இப்படி கொட்டி நிற்கும்போது, என்ன ஆறுதல் சொல்வது? கேள்வி கேள்வியாய் வருகிறது. இன்னும் காயம்பட்டுவிட்டால்? வாயே திறக்கவில்லை. பேச்சை வளைக்க, "நீங்க கிரேட், அருணா" என்றேன்.

"அப்படியா?" என்று பாதி சிரித்துவிட்டு,

"வீட்டுல யாருமே ஒருத்தருக்கு ஒருத்தர் பேசாம, எனக்கே பேச்சு அடங்கிப் போச்சு, குமார். ஒரு நாளைக்கு மொத்தமா

இத்தனை வார்த்தைதான் வீட்டுல கேட்டுச்சுன்னு எண்ணிட லாம். இந்த ரெண்டு ப்ரைஸ், இவ்ளோ பேர் எங்கிட்டப் பேசினது, எல்லாத்துக்கும் நீங்கதான் ரீஸன். உங்களுக்குத் தனியா தேங்க்ஸ் சொல்லத்தான் கூப்பிட்டேன்...” கண்ணீர் மினுங்கியது.

அரங்கில் பேச்சுக்கள் நின்று உற்சாக இசை முழங்கியது. எல்லோரும் குழுப் புகைப்படம் எடுத்துக்கொள்ள அழைக்கப் பட்டோம்.

காலையில் எட்டு மணி வாக்கில் நுழைந்த அந்த இடத்தி லிருந்து எல்லோரும் கிளம்புகையில் இரவு ஏழு மணி ஆனது. தேடித் தேடி வந்து எல்லோருமே விடைபெற்றார்கள். பெண் களுக்கென்று தனியாக ஏற்பாடு செய்யப்பட்டிருந்த வேன் கிளம்பிக்கொண்டிருந்தது.

சரி, கிளம்பிவிடலாம் என்று முடிவெடுத்தபோது, கதவைத் தாண்டிய வேனின் ஜன்னலோரம்... கலக்கமான அந்த மாறுகண்கள், எட்டிப் பார்த்துவிட்டு இருட்டில் மறைந்தன.

அருணா... ஒரு நாள் சூரிய உதயம்!

நண்பனின் வண்டி வந்தது. ஏறிக் கிளம்பினேன். அவளைப் பற்றி என்ன பேச?

நினைவு தெரிந்த நாளிலிருந்து, பெற்றோர் அன்பற்று, பேச விருப்பமற்று, ஒரே வீட்டில் போலித் தம்பதி வாழ்க்கை நடத்தியது எவ்வளவு பெரிய வலி, அந்தப் பெண்ணுக்கு. இருவரின் முடிவு மூன்றாமவரைப் பாதிக்கலாமா?

அரங்கில் நுழைந்த நேரம் முதல், மான் குட்டி போல பதுங்கிப் பதுங்கி, அத்தனை முகங்களையும் ஒரே இடத்தில் பார்த்து, சத்தங்களை ஜீரணிக்க முடியாமல் தவித்து, ஒளிந்து உட்கார்ந்திருந்த அருணாவின் பின்னாலேயே சென்று அவர்கள் வீட்டைக் கண்டுபிடித்து, “பாவம் உங்க பொண்ணு. அவளுக் காகவாவது பேசிடுங்களேன்” என்று கெஞ்சிடத் தோன்றியது. அப்படி எதுவும் செய்ய முடியவில்லை.

எப்படித் தாங்கிக்கொள்கிறாள், அவர்களை?

துக்க வீடுகளுக்குச் செல்லும்போது, அந்தப் பெற்றோர் தப்பித்துவிடுவார்கள். கல்யாண வீடுகளுக்குப் போகும்போது நடித்துவிடுவார்கள். வெளியே கணவன் மனைவி, உள்ளே –

யாரோ யாரோ என்று குடித்தனம் நடத்துவதே மடத்தனம். பல இரவுகளில் அழுது அழுது பார்த்தும் தன்னால் சேர்க்க முடியவில்லை என்று அழுத அருணாவின் வலி, வலித்தது.

எப்படிப் பேசிக்கொள்ளாமல் வாழ்கிறார்கள்? மனிதனுக்கு மனிதன் உணர்வுகளால் ஒன்றுவது, குரல்களால்தானே? வாய் பேச இயலாதவர்கள் கூடக் கண்களால் கலந்துகொள்வார்களே, அது, பேச்சைவிட உயிர்ப்பான கண்ணுரையாக இருக்குமே... பார்த்திருக்கிறேனே!

ஐ.சி.யூ.வில் பத்து நாட்களாய் நினைவற்றுக் கிடக்கும் அப்பாவிடம் பேச, அவரது மேல் இமைகள் அசைந்தால் போதுமென்று, தூங்காமல் மருத்துவமனையின் திண்டுகளில் தவம் கிடந்த மூர்த்தியைப் பற்றி இவர்களுக்குத் தெரியாது.

ஊருக்குப் போகும்போது ஏதோ ஞாபகத்தில் சொல்லிக் கொள்ளாமல் போய்விட்ட அப்பாவை, பின்னாலேயே இன்னொரு பேருந்தில் அம்மாவுடன் துரத்திச் சென்று, நடுவில் இருக்கும் ஊரின் பேருந்து நிலையத்தில் கண்டுபிடித்து, கன்னத்தில் அறைந்து, “சொல்லிட்டுப் போக மாட்டியோ, அப்பா?” என்று வியர்க்க வியர்க்க அழுது முத்தம் கொடுத்த நிர்மலா பாப்பாவை இவர்களுக்குத் தெரியாது.

வாக்குவாதச் சண்டை முற்றி, எதுவும் பேசாமல் கதவை மூடிக்கொண்டு, சாப்பிட வராமல், பதில் சொல்லாமல் இருந்த புருஷனை, சரமாரியாகத் திட்டித் தீர்த்து, ஒரு வழியாகக் கதவைத் திறக்க வைத்து, “சண்டை, சண்டையோட போச்சு. இது, வேற, அது வேற” என்று சொல்லி, திருதிருவென்று முழித்த அவனைப் பேச விடாமல் கொஞ்சித் தீர்த்த கிராமத்து கனி ராணியைப் பற்றி இவர்களுக்குத் தெரியாது.

தம்பி, அண்ணன், அம்மா, அப்பா என்ற கொண்டாட்ட உலகத்தில் இறக்கை அடித்துவிட்டு, திருமணமாகிப் போன வீட்டில், எப்போதும் வாயில் பேஸ்ட் இருப்பதைப் போல் இறுக்கமாக இருக்கும், ஆளுக்கொரு சுவராக நிற்கும் புகுந்த வீட்டு உம்மணா மூஞ்சிகளுக்குப் பயந்து, வயிற்று வலி என்று பொய்க்காரணம் சொல்லி, வாரா வாரம் ‘சத்தம்’ சாப்பிட, அம்மா வீட்டிற்கு குழந்தையைப்போல் ஓடி வந்த நளினாவைப் பற்றி இவர்களுக்குத் தெரியாது.

தொண்டையில் வந்த புற்று நோய் உடம்பையே உருக்கிப் போட்டுவிட, கொஞ்சம் கொஞ்சமாய் பேச்சற்றுப் போய், நினைப்பதையெல்லாம் எழுதி எழுதி, நண்பர்களிடமும், அலுவலகத்தாரிடமும் காட்டி, நாக்கு முனைக்குப் பதிலாக பேனா முனையைத் துணைகொண்டு வாழ்ந்துகொண்டிருக்கும் சபரிவாசனைப் பற்றி இவர்களுக்குத் தெரியாது.

பிறந்ததிலிருந்தே பேச்சு வராமல்போன மாரிமுத்து, நாளும் பொழுதும் தனது டெய்லரிங் கடையில் ஒலிக்கவிடுவது போதாதென்று, இரவெல்லாம் படுக்கையிலும் பல மணி நேரங்கள் எஸ்.பி.பி.யைத் தொடர்ந்து பாடவிட்டு, கூடவே திக்கித் திக்கிப் பாடி, எஸ்.பி.பி.யை நேரில் சந்தித்து ஒரே ஒருமுறை அவருடைய தொண்டைக் குழியைத் தொட்டு முத்தமிட ஆசைப்பட்டதைப் பற்றி இவர்களுக்குத் தெரியாது.

பேசாமல் வாழ்வதென்ன வாழ்க்கை? அமைதி ஆயிரம் பொன் பெறும். உண்மைதான். அது, மன அமைதி. இவர்கள் ஏற்படுத்தியது, மயான அமைதி.

உணவு, உடை, இருப்பிடம், கல்வி, ஒற்றைப் பெண் என்கிற வசதி, இத்தனை இருந்தும் பெற்றோர் கொஞ்சிக் கொள்வதைக் கூடத் தரிசிக்க முடியாமல், குடும்ப உரையாடலை அநுபவிக்க முடியாமல் குழந்தைப் பருவம் முதல் பருவ வயது வரை தவித்துப் போன அருணாவுக்காக உரக்க அழவேண்டும் போலிருந்தது.

சில நாட்களில், பாராட்டுச் சான்றிதழ் வீடு வந்தது. அத்தோடு அந்த விழாவோடு, அருணா ஞாபகத்திரைக்குப் பின்பக்கம் போய்விட்டாள்.

கல்லூரி முடிந்து, பணிக்காக மும்பை சென்று, இரு வருடங்களில் சென்னை வந்தாயிற்று.

ஒரு காலையில், முக்கிய வேலையாகக் கிளம்பி, சுரங்கப் பாதையிலிருந்து வெளிச்சத்திற்கு வந்தேன். இன்னும் சற்று தூரத்தில் பேருந்து நிறுத்தம். வரப்போகும் பேருந்தில் ஏறு வதற்காக ஓட நினைக்கையில், மனம் சட்டென்று இடப்புறம் ரெயில்வே சாலைப் பக்கம் திரும்பியது.

அவசியமேயில்லாமல் ஏன் இந்த ஜன வீதியில் இறங்கி நடக்கிறேன்? நடந்த கால்கள் திடீரென்று நின்றன. காரணம், கண்கள் பார்த்த இடத்தில், ஒரு துணிக்கடை வாசலில், அருணா... அருணாவேதான்!

சத்தம் போடாமல் எதிரில் போய் நின்றேன். இயல்பாகப் பார்த்துவிட்டு, யாரோ என்று நகர்ந்துவிட்டு, மீண்டும் நிமிர்ந்து, "ஓஓஓஓஓஓ... குமார்ர்ர்ர்" இருவருக்கு மட்டும் கேட்கும்படிக் கத்தினாள்.

அதன் பிறகு, வெகு வெகு சாதாரண, சம்பிரதாயப் பேச்சு.

"இங்கே என்ன பண்றீங்க?", "என்ன ப்ளான்?", "நான் நல்லா இருக்கேன்", "வாழ்க்கைல வாங்கின மறக்க முடியாத ப்ரைஸ் அது", "ஹோம் சயின்ஸ் படிச்சதால அதே லைன்லதான் போலாம்னு இருக்கேன்", "திடீர்னா இந்தப் பக்கம் திரும்பி வந்தீங்க?", "ஃப்ரண்ட் கூட சித்தி வீட்டுல கொஞ்ச மாசம் இருக்கப் போறேன்", "தெரியும், இதுக்கப்புறம் எங்க பார்க்கப் போறோம்?", "முதல்லயும் கூட்டத்தோட கூட்டமா, இப்பவும் கூட்டத்துக்கு நடுவுலதான்..." (சிரிப்பு)

கையில் பையோடு அந்தத் தோழி வந்துவிட, இந்த எதிர்பாராத சந்திப்பு, அந்தப் பெண்ணையும் ஆச்சரியப்படுத்தியது. எத்தனை வருடம் கழித்து நிகழும் சந்திப்பாக இருந்தாலும், "சரி பார்க்கலாம்" நேரம் நுழைந்துவிடும். நுழைந்தது.

"நாள் முழுக்க அவ்ளோ பேசி, ஜாலியா போட்டி, அது இதுன்னு ஒரு பீரியட்ல இருந்துட்டு, இப்போ ரொம்ப ஃபார்மலா இருக்குல்ல? ம்... ரொம்ப என்கரேஜிங் டைப் நீங்க..."

நெட்டிலிங்க மரங்களின் கீழே உதிர்த்த அந்த நன்றிச் சிரிப்பை மீண்டும் வெளிப்படுத்தினாள். வாழ்த்திவிட்டு வந்த திசையில் நடந்தேன்.

சொந்த ஊரில் ஒரு நாள் சந்திப்பு, அடுத்த சந்திப்பு இன்னும் பல வருடங்கள் கழித்து, இன்னொரு நகரத்தில். கால அவகாசம் அவ்வளவுதான்!

நடந்து கொஞ்ச தூரம் தாண்டி, படிகளேறி இடப்புறம் திரும்பும்போது, அவளது குரல் சத்தமாகக் கேட்டது.

"குமார்... குமார்... அவங்க பேசிட்டாங்க!"

உயரத்திலிருந்து பார்த்தேன். 'ஆமாம்' என்று தலையசைத் துக் கொண்டிருந்தாள். அந்த மாறுகண்களில் ஒரு சந்தோஷ உணர்ச்சி தெரிந்தது. அசைத்த கைகள் இறங்க, கூட்டத்தோடு கலந்துபோனாள்.

இனி, அருணாவை நினைத்துக் கவலைப்பட ஒன்று மில்லை.

பேருந்துப் பயணம் முழுக்க அவளது பெற்றோருக்கு நன்றி சொல்லிக் கொண்டிருந்தேன். எந்தச் சந்தர்ப்பம் அந்த முதிர்ந்த ஜோடியை இத்தனை ஆண்டுகளுக்குப் பிறகு சேர்த்திருக்கும்; பேச வைத்திருக்கும்?

அந்தக் கணம் பல வருடங்களுக்கு முன்பே நிகழ்ந் திருந்தால் என்ன? யார் பக்கம் தவறு என்று பழி கூடச் சொல்லிக்கொள்ளாத அந்த இருவரில் ஒருவர், 'நான்தான் விட்டுக் கொடுத்தேன்' என்று கர்வப்பட்டுக்கூட விட்டுக் கொடுத்திருந்தால் என்ன?

இன்ப துன்பப் பகிர்தலும், உடல் சுகமும், பயணங்களும், அருகருகே அமர்தலும் இன்றி புழுக்கமான வாழ்க்கை வாழ்ந்த வெறுமைத் தம்பதியாக இருந்துவிட்டார்கள்.

அவர்களின் 'தான்மைக் குணத்தால்' அருணா இழந்த பாசக் காலத்தை எப்படி மீட்பாள்?

ஆனாலும், அருணா மீது படர்ந்திருந்த என் கவலைகள், "அவங்க பேசிட்டாங்க" என்ற நற்செய்தியில் காணாமல் போயின.

ஒன்று நிச்சயம், திருமணமானதும் அருணா தன் கணவ னோடு பேசாமல் ஓர் இரவுகூடக் கடக்க மாட்டாள். காரணம், அருணாவிற்கு, புருஷன் பொண்டாட்டி உறவு, பேச்சு, இணக்கம், முத்தம், அணைப்பு எல்லாம் எவ்வளவு ஜீவனுள்ள விஷயம் என்று தெரியும்.

தன் இணையோடு, எந்த மனத்தாங்கல் வந்தாலும் கிராமத்து கனி ராணியைப் போலத்தான் நடந்துகொள்வாள்.

...

காலம் பேசுவது அன்பு மொழி.

அதைக் கேட்கவே உயிர்கள் ஏங்குகின்றன.

https://tinyurl.com/kalamebodhi6

7

கமலாவும் சாவித்திரியும்...

ஒருநாள் காலை. எழுந்தவுடன் தோழி ஒருவரின் அழைப்பு.

"எனக்குத் தெரிஞ்சவங்க... குடும்ப நண்பர் கமலான்னு ஒரு அம்மா. உடம்புல நிறைய பிரச்சனை. இப்போ ஹாஸ்பிடலைஸ்டு. கேன்சர் பேஷண்ட். இன்னைக்கு பார்க்கப் போறேன். உங்களைப் பத்தி கொஞ்சம் சொல்லியிருக்கேன். நீங்களும் வாங்க... ஜஸ்ட் அவங்களோட பேசுங்களேன்!"

மறுக்க முடியாத நிலையில், அந்த நண்பகலே அவரோடு மருத்துவமனைக்குச் சென்றேன்.

நான் இதுவரை சந்திக்காத ஒருவரை ஏன் சந்திக்க வேண்டும்? அதுவும் நோய்ப் படுக்கையில். மறுக்காமல், ஆனால், தயக்கத்தோடு அந்த அறைக்குள் நுழைந்தேன்.

கட்டிலில் வெள்ளை மெத்தைபோல் அந்தப் பெண்மணி படுத்திருந்தார். பிறப்பிலிருந்தே வசதியோடு சகலத்தையும் சுகித்த ஜொலிப்பு. நிச்சயமாக, நல்ல சுகத்தோடு வராண்டாவில் நடந்து வந்திருந்தால், இந்த மருத்துவமனையின் குழுமத்தலைவர் என்றுகூட நம்பி விடுவார்கள்.

பார்க்க வந்திருக்கிற என் பக்கம், ஒரு சம்பிரதாயமாகக் கூட சிறிதுநேரம் வரை திரும்பவில்லை. நர்ஸ் போனபிறகு, "சொல்லுங்க... எப்படி இருக்கீங்க, மிஸ்டர் குமார்?"

மருத்துவ உதவி செய்பவரிடம்கூட, ஒரு முதலாளி போல் நடந்துகொண்ட அந்த அம்மாவைக் கொஞ்ச நேரம் உற்றுப் பார்த்துக்கொண்டிருந்தேன்.

அந்த அறையில் இருந்த உறவுக்காரப்பெண், தோழி, எல்லோரும் அவரது கண்ணசைவுக்கு ஏற்றபடி நின்றும், உட்கார்ந்தும், மாத்திரை, தண்ணீர் எடுத்துக்கொடுத்தும், ஒய்வறைக்கு அழைத்துச் சென்றும் உதவிக்கொண்டிருந்தார்கள்.

மருந்துக்குக்கூட யாருக்கும் நன்றி சொல்லவில்லை, கமலா.

படித்த படிப்பு அப்படி. பிறந்து வளர்ந்த டெல்லியில் பார்த்த வேலை அப்படி. எப்படி நடந்துகொண்டாலும் தப்பென்று சொல்லாத பெற்றோர், சுற்றம், சூழல் அப்படி என்று பத்தாவது நிமிடமே புரிந்துவிட்டது.

மறுபடியும், “சொல்லுங்க, மிஸ்டர் குமார்” – நோய் வலி மீறிய ஒரு மேட்டிமைச் செருமலுடன்.

“நீங்க பார்க்கணும்னு சொன்னீங்களாம். உடம்பு சரியா யிடும். கவலைப்படாதீங்க. ஆக்சுவலா, யாரும் எதுவுமே சொல்லல, உங்களைப் பத்தி. கேஷுவல் மீட் தான்.”

“யார் சொல்லணும்? நானே சொல்றேன். யாரையாவது புதுசாக் கூப்பிட்டுப் பேசணும்னு தோணிச்சு. ரஞ்சனிகிட்ட சொல்லி... ரஞ்சனி ஒரு வகைல மருமக முறை எனக்கு. அதான் அவகிட்ட பேசும்போது, உங்களால இங்க வரமுடியுமான்னு கேட்கச் சொன்னேன். கூட்டிட்டே வந்திட்டா.”

என்று பக்கத்திலிருந்த ரஞ்சனியைப் பார்த்து ஒரு அசதிப் புன்னகை.

படுக்கையில் முதுகை நிமிர்த்தி, ஒரு தலையணையைப் பின் நிறுத்திவிட்டு, சேரில் உட்கார்ந்திருந்த என் பக்கம் ஒருக்களித்துப் பார்வை திருப்பினார்.

அடுத்த இருபது நிமிடம் கமல அருவிதான். சில்லிடவில்லை. சுட்டது. டெல்லி கல்லூரி நாட்களில் ஆரம்பித்து, இன்று சென்னை மருத்துவமனைப் படுக்கை வரை, தன் வாழ்க்கை, தான் விரும்பியபடியான வாழ்க்கை இல்லை என்று ஒரு reverse confession... confusion.

நான் வேறு இடத்திற்கு வார்த்தை பிடித்துக் கூட்டிச் சென்றாலும், மீண்டும் மீண்டும் தன் வாழ்க்கைக் கசப்பைக் குமட்டலாய் வெளிப்படுத்திக்கொண்டிருந்தார், கமலா.

யாரும் எதிர்பாராதபோது, சட்டென்று விழுந்தது ஒரு சொல் இடி.

“புருஷனா அவன்? கேடு கெட்டவன்… ச்சே.”

எங்கள் இருவருக்கும் நடுவில் நின்றுகொண்டிருந்த ரஞ் சனி, முகம் நடுங்கி வெளியேறிவிட்டார். காரில் வரும்போது, கமலாவின் கணவர் எவ்வளவு உயர்வானவர் என்ற சம்பவங் களைச் சொல்லிக்கொண்டு வந்த ரஞ்சனிக்கு, கமலாவின் வார்த்தைகளைத் தாங்க முடியவில்லை.

“சரி விடுங்கம்மா… அவரை ஏன் இப்போ? சார் எங்கே இருக்காரு?” என்றேன்.

“சார் என்ன சார்? அவன்னே சொன்னாப் போதும். என் தகுதிக்கு அவன் ஒரு ஆளா? இப்பதான் கட்டுக் குலைஞ்சு கெடக்கறேன். என் அழகுக்கும், கலருக்கும், ஸ்டேடஸுக்கும், அவன் படிச்ச படிப்பு, பார்த்த வேலை ஈடுன்னு ஒரு கல்யாணம். ஆப்வியஸ்லி, கூட்டிப் பார்த்தா, நானே அவனை விட நிறைய சம்பாதிச்சாச்சு. நல்லவனாம் நல்லவன்! பொருத்தமில்லாத புருஷன்.”

இரண்டு பெண்களுக்குத் தாய். இப்படி, கூட வாழ்ந்த ஆணை, தாம்பத்தியத்தில் தன்னோடு இணை கொண்ட கணவரை, வயது மூத்த அந்த மனிதரை, கொஞ்சமும் யோசிக் காமல் வசை பாடியதைப் பார்த்தபோது, கமலா இதையே தினப்படிக் காரியமாகச் செய்கிறாரோ என்று தோன்றியது.

அந்தப் பெரியவர் இப்போது டெல்லியில் இருக்கிறாரா அல்லது இருக்கிறாரா என்று தெரியவில்லையே! எப்படி இருந்தாலும் அரை நூறாண்டு தன்னோடு வாழ்ந்த வாழ்க்கைத் துணையை இப்படித் திட்டலாமா?

காலையில் வெளியே சென்றிருந்த மகள் பவித்ரா, கதவு தட்டி உள்ளே நுழைந்தார். ஹிந்தி கலந்த ஒற்றை ஹலோவுடன் அம்மாவிடம் சென்று நின்றுகொண்டார்.

“ம்… பவி… சொல்லு. நான் எவ்வளவு சர்வீஸ் பண்ணி யிருக்கேன்னு சொல்லு. ரோட்ல திரிஞ்ச பிள்ளைங்களை வரவெச்சு, வருஷா வருஷம் நோட், பேனா, பென்சில்னு கொடுப்பேனே… எவ்வளவு உதவி… எனக்கு கேன்சர் வரலாமா?”

கமலாவின் குரல், பண நோய்வாய்ப்பட்டவரின் குரலாக மாறியது. அறையைக் குளிர்விக்க முடியாமல் ஏசியும் உஷ்ணத்தோடு போராடியது.

"பசி உயிர் போகுதுடி. அந்த டாக்டர் ஒரு மந்தம். எல்லாத்துக்கும் ஒரே எக்ஸ்பிரஷன். ஏதாவது சாப்பிடலாமான்னு கேட்டுச் சொல்லு பவி!"

"கொஞ்ச நேரம் ஆகட்டும்னு சொல்லிட்டார்மா!"

பசியில் கிட்டத்தட்ட படுக்கையிலிருந்து துள்ளிய அம்மாவைப் படுக்கவைத்துவிட்டு, தான் கொண்டுவந்த சாத்துக்குடிச் சாறை என்னிடம் நீட்டினார், பவித்ரா.

கமலா அந்தப் பக்கமும் இந்தப் பக்கமுமாய் அசைந்து கொண்டிருந்தார். அறையில் நிரம்பி வழிந்தது மௌனம்.

அம்மாவையே பார்த்துக்கொண்டிருந்த பவித்ரா வேறு எதுவும் பேசவே இல்லை. சாந்தமான சாயல். அப்பா வார்ப்போ? அப்பா வளர்ப்போ?

கொஞ்சம் புளிப்பான அந்த சாத்துக்குடியை பாதிக் கோப்பையோடு முடித்தேன்.

"ரஞ்சனி சொன்னதுமே வந்ததுக்கு நன்றிங்க. இப்பதான் வெளில உங்களைப் பத்தி சொல்லிட்டிருந்தா. முடிஞ்சா, அம்மாவை அப்பப்போ வந்து பாருங்க. ஆறுதலா இருக்கும்" என்ற பவித்ராவிடம் ஆறுதல் சொல்லிவிட்டுத் திரும்பிப் பார்த்தேன். பேசிக்கொண்டிருக்கும்போதே தன்னையும் அறியாமல் தூங்கிவிட்ட எழுபத்து மூன்று வயதுக் குழந்தை கமலாவின் மீது, சின்ன பரிதாபம் எழுந்தது.

அன்பை ஒரு தரம் கூடச் சந்தித்திராதவர்கள் வாழும் இந்த பூமியில், அன்பை வாரி வாரிக் கொடுக்க இத்தனை பேர் இருந்தும் வாங்கிக்கொள்ளக் கொடுத்து வைக்கவில்லை.

கழிவறைக் கதவைத் திறக்க உதவி செய்த அந்த உறவுக்காரப் பெண்ணின் கையைத் தட்டிவிட்ட கமலாவுக்கு, அன்புச் சுவை தெரியவில்லை. மனசு முழுக்கப் புளிப்பு. அதன்பிறகு, அவரைச் சந்திக்கச் செல்லவில்லை.

அழகும், படிப்பும், பதவியும், சம்பளமும் அன்புக்கு முன்னால் தூசு என்று அந்தக் கொடு நோய்கூடச் சொல்லித் தரவில்லை. கடைசிவரை கற்றுக்கொள்ளாமலேயே தூங்கி விட்டார், கமலா.

•

ஒருநாள் இரவு.

தாமதமாக வீடு திரும்பிக்கொண்டிருக்கிறேன். வழியில் யாருக்கேனும் கொடுக்கலாம் என்று கடையில் வாங்கி, வண்டியில் வைத்திருந்த சப்பாத்திப் பொட்டலம். இனி, யாரைப் பார்த்து இதைக் கொடுப்பது? கும்மிருட்டு. உண்ணாதவர்கள் கூட பசி மயக்கத்தில் உறங்கியிருப்பார்களே!

யாருமில்லாத வீதியில், ஒரு பெண்மணி மேலே இருக்கும் நிலாவைத் தன் பேச்சுத் துணையாக மாற்றிக்கொண்டு, இடது கையைக் காற்றில் அசைத்து அசைத்து, தலையை மறுத்து மறுத்து ஆட்டியபடி சென்றுகொண்டிருந்தார். மெல்லிய உடம்பு. தன்னை மீறிய நடை.

அருகே சென்று வண்டியை நிறுத்துகிறேன்.

"அம்மா... சாப்பிட வெச்சிருக்கேன். சாப்பிட்டீங்களா? இதை வாங்கிப்பீங்களா?"

என்னை மெதுவாக ஏறிட்டுப் பார்த்த அந்தக் கண்களில், பல மணி நேர அழுகை உண்டாக்கிய சிவப்பு. என்ன விஷயம் என்று தெரிந்துகொள்வதற்கு முன் அந்தப் பலவீனமான முகம் நெஞ்சைக் கனக்க வைத்தது. நாலு சப்பாத்தி போதுமா... இந்த உயிரின் அழுகையை நிறுத்த?

சோர்ந்த குரல். "கொடுங்க தம்பி. காலைல நாலு இட்லி சாப்பிட்டது, அப்புறம் தண்ணி கூடக் குடிக்கல. மதியம்கூட நான்தான் எல்லாருக்கும் சமைச்சு வெச்சேன். என்ன ஆச்சுன்னு தெரியல. திடீர்னு வீட்ல ஒரு சண்டை. பையனும் மருமகளும் சேர்ந்து, பக்கத்துல இருக்கறவங்க பார்க்காம இருக்கணும்னு இருட்டறவரை காத்திருந்து தொரத்தி விட்டுட்டாங்க. நடுத்தெருவுல நிக்கறேனே... இப்போ எனக்குன்னு ஒண்ணுமில்லையே... ஐயோ... சாவித்திரி... நீ பிச்சை எடுக்க ஆரம்பிச்சிட்டியே..."

திடீரென்று தனக்குத்தானே அந்த அம்மா அலறலாய் அழ,

“அம்மா... அம்மா... என்னம்மா... பெரிய வார்த்தைலாம்... அழாதீங்க... நான் கொடுக்கல... நீங்க வாங்கல... நாம இங்க இருந்து எடுத்துக்கறோம்... பகிர்ந்துக்கறோம். அப்படி வெச்சுக் கோங்க...” என்று ஆசுவாசப்படுத்தினேன்.

“இல்லை... இல்லை... பிச்சை எடுக்க ஆரம்பிச்சிட்டேன்...”

திரும்பத் திரும்ப அந்த வார்த்தைகளைக் குரல் உடைந்து, கண்ணீர் கொட்டச் சொல்லிக்கொண்டேயிருந்தார், சாவித்திரி.

“முதல்ல சாப்பிடுங்கம்மா....”

“தம்பி... எந்தத் தப்பும் பண்ணலையே நானு. திடீர்னு... ‘பிடிக்கலை! வெச்சுக்க மாட்டோம்’னு துரத்திட்டாங்களே... எங்கேன்னு போவேன்? பிச்சைக்காரி ஆயிட்டேனே...”

வாய் கோணி, தலை நிமிர்ந்து அதே நிலாவைப் பார்த்து அழுதுகொண்டிருந்த சாவித்திரியைப் பார்க்க வயிறு கலங்கியது.

“விடுங்கம்மா. யாரும்மா இங்க பிச்சை எடுக்கலை? எடுத்ததே உயிர்ப் பிச்சை. பள்ளிக்கூடம், படிப்பைப் பிச்சை போட்டுது. சாப்பாடு, தண்ணிக்கு, பூமி பிச்சை போடுது. மூச்சு விடக்கூட காத்தைப் பிச்சைதானே வாங்குறோம். எல்லாரும் பிச்சை தான் எடுக்கறோம். இதுல அழ ஒண்ணுமில்லம்மா!”

“ஆனா, அன்புக்காக பிச்சை எடுக்க வெச்சிட்டானேப்பா, எம்புள்ள. இந்த ராத்திரில, நடுத்தெருவுல நிக்க வெச்சுட்டானே.”

சேலை முந்தானையால் முகத்தை மூடிக்கொண்டு, அந்த அறுபது வயதுத் தாய் குமுறி அழுவது நிலாவையே கூட கவலைப்படுத்தியிருக்கும்.

வண்டியைச் சாலையின் ஓரம் நிறுத்திவிட்டு, தெரிந்தவர்கள் யாரேனும் இருந்தால், முகவரி வாங்கி, அழைத்துச் செல்லலாம் என்று கைபேசியை எடுத்து, நிமிர்ந்து பார்க்கிறேன். ...எங்கே சாவித்திரி?

கண்ணுக்குத் தெரிந்து காணவில்லை. எந்தப் பக்கமும் இல்லை. இருட்டில் அழுதுகொண்டே எதையோ தேடிப்போன

சாவித்திரியைத் தேட முடியவில்லை. நல்லவேளை, அவரோடு அந்த நான்கு சப்பாத்திகளும் பசியாற்றப் போய்விட்டன.

நிலாத் துணையோடு, அந்த இரவுக்குள் எங்கேனும் எப்படி யேனும் தன் உறவுகளைச் சந்தித்து, விட்ட இடத்திலிருந்து சாவித்திரி தன் வாழ்க்கையைத் தொடர்ந்திருப்பார் என்று இன்னமும் திடமாய் நம்புகிறேன்.

...

இப்போதெல்லாம், கிடைக்கிற அன்பை உதாசீனம் செய்யும்போது கமலாவும், கிடைக்காத அன்புக்குப் பிச்சை எடுக்கிறபோது சாவித்திரியும் என் நினைவுக்கு வருகிறார்கள்.

...

காலம் எனக்குப் பரிமாறிய உண்மை இது,

"அன்பே பசி! அன்பைப் புசி!"

ttps://tinyurl.com/kalamebodhi7

8

ஜெனிஃபரின் பைபிள்

புதிய ஊர். புதிய பள்ளி. புதிய சூழல். மூன்றாம் வகுப்பின் முதல் வகுப்பு எனக்கு. ஆனால், பள்ளி ஆரம்பித்து ஏற்கனவே இரு வாரங்கள் நடந்து விட்டன. வருகைக் குறிப்பேடு திறந்து பெயர்களை வாசிக்க ஆரம்பித்தார், ஐம்பது தாண்டிய டீச்சர். A யில் ஆரம்பித்து Z வரை அழைக்க, நாற்பத்து ஐந்து பெயர்கள் இருந்தன. அதில், J யிலும், K யிலும் இருந்த பெயர்களில் இருவர் மட்டும் இங்கே!

யார், யார், எந்தப் பெயர்? என்று தலையை எட்டியும், திரும்பியும் பார்த்துக்கொண்டிருந்தேன். J வரும் போது Jenifer வந்தாள். கை தூக்கி, "ப்ரெசென்ட் டீச்சர்" என்றாள். அந்த வகுப்புக்கு, ஏன், அந்தப் பள்ளிக்கேகூடச் சம்பந்தமில்லாத முகம், தோரணை. மூன்றாம் வகுப்புதான். ஆனால், படித்த பெண்போலத் தெரிந்தாள்.

மதிய உணவு இடைவேளை. என் பைக்கட்டை உட்காரும் அரை அடி மரப் பலகையின் கீழே வைத்துவிட்டு, ஜெனிஃபரிடம் அறிமுகமாகச் சென்றேன்.

படிய வாரித் திமிறி நிற்காத முடி, இரண்டு பக்க போனி டெய்லாக இரு காதுகள் வரை. வகுப்பு முழுக்க யூனிஃபார்மாக எல்லோரும் பழுப்பு வெள்ளை, பழுப்பு பச்சை. ஜெனிஃபர் மட்டும் பளிச் வெள்ளை, பளிச் பச்சை!

"சொல்லு... என்.குமார்"

"எம்பேர் எப்படித் தெரியும்?"

"அதான்... அட்டெண்டன்ஸ் எடுத்தாங்களே... இன்னைக் குத்தானே சேர்ந்தே..."

"நடத்தின பாடத்தையெல்லாம் டீச்சர், உன்கிட்ட நோட்டு வாங்கி எழுதிக்கச் சொன்னாங்க."

"ம்... சாயந்தரம் தர்றேன்." சம்மதித்தாள், ஜெனிஃபர்.

சொன்னபடியே போய் நின்றேன்.

சொத்துக்களை ஒப்படைப்பதுபோல் நோட்டுகளைக் கொடுத்தாள். ஏகப்பட்ட அறிவுரைகள். பையில் என் நோட்டுகளோடு ஜெனிஃபரின் நோட்டுகளும்! புதுச் சுமை. பிடித்திருந்தது. வீட்டிற்கு வந்து விரித்துப் பார்த்தேன். கையெழுத்தா அது? கொள்ளை அழகு! ஆசை ஆசையாய் எழுத்துக்கு எழுத்து வாசித்து, இரண்டே இரவுகளில் முடித்து நீட்டினேன்.

"அதுக்குள்ள முடிச்சிட்டியா? எப்படி?"

"உன்னோட ஹேண்ட் - ரைட்டிங்னாலதான்... சீக்கிரம் எழுதிட்டேன்."

இந்தப் பாராட்டை அவள் எதிர்பார்க்கவில்லை.

"அதுக்காக டெய்லி நோட்டு கேட்காதே!" – பிறந்ததிலிருந்தே பழகியவள்போல் சிரித்தாள்.

வாழ்க்கையின் முதல் தோழமை. அதுவும் தோழித் தோழமை! வீட்டுக்கு நடந்தா போயிருப்பேன்?

அந்த நாள் முதல்... இதோ, இந்தக் கணம் வரை, ஜெனிஃபர் புராணம்தான்!

அந்தப் பருவ நாட்கள் எந்தப் பருவத்திற்குள்ளும் அடங் காது. எல்லாப் பருவங்களுக்குள்ளும் புகுந்து சோக சாயம் அல்லது சந்தோஷச் சாயம் பூசி விட்டுப்போகிற அருவப் பருவம். 'நாஸ்டால்ஜிக்' என்று ஒதுக்கி வைக்கவும் முடியாமல், கட்டிக்கொண்டு புரளவும் முடியாமல், இம்சைத் தருணம்.

வகுப்பறையில் டீச்சருக்குப் பிடித்தவராக யார் இருப்பது என்பது எல்லோருக்கும் பெரிதாக இருக்க, ஜெனிஃபருக்குப் பிடித்தவனாக நான் இருக்கவேண்டுமே என்று தவித்தேன்.

எனக்கு நடந்த சுவாரசியமான சம்பவங்களையெல்லாம் பக்கத்தில் இருந்த தனசேகரிடம் சொல்லிக்கொண்டிருப்பேன். அது நகைச்சுவை என்றே தெரியாமல், உணர்ச்சியேயில்லாமல் கேட்டுக்கொண்டிருப்பான். ஒருநாள், நான் சொல்லி முடித்

ததும், 'பட்டென்று' ஒரு சிரிப்பு வந்தது, தள்ளி உட்கார்ந்திருந்த ஜெனிஃபரிடமிருந்து. ஜெனிஃபர் இன்னும் நெருக்கமானாள்.

"இண்ட்ரஸ்டிங்கா இருக்கே..." என்றாள். அவ்வளவுதான். தினம் தினம் ஒரு சம்பவம் சொல்லலானேன். நடந்தது, நடக்காதது எல்லாம்.

"நேத்து நீ சொன்னியே... பஸ்ல, உன் முன்னாடி இருந்த ஒரு புது ஜோடி. அந்தப் பொண்ணோட பட்டு சாரில நீ வாந்தி எடுத்து, அது தெரியாம அவங்க வீட்டுக்காரரு... "வாம்மா!"ன்னு கொஞ்சிக்கிட்டே கூட்டிட்டுப் போனாருன்னு... நைட்டு வீட்ல எல்லார்ட்டயும் சொல்லிச் சிரிச்சேன்."

நான் பேசினால் சிரிப்பு வரும் என்று சிரித்துக் காட்டினாள்.

எல்லோருக்கும் முன்பாகவே வந்துவிடும் ஜெனிஃபருக்கும் முன்பாக வந்து பேசக் காத்திருப்பேன்.

எப்போதும் ஜெனிஃபருடன் பேசிக்கொண்டிருப்பேன் அல்லது ஜெனிஃபரோடு பேசிக்கொண்டிருந்ததை நினைத்துக் கொண்டிருப்பேன்.

ஊரிலிருந்து ஒரு தூரத்து உறவினர் அலுவல் விஷயமாக வீட்டுக்கு வந்தார். இரவில் அவரிடம் பள்ளிக் கதை சொல் கிறேன் என்கிற சாக்கில் ஜெனிஃபர் கதை சொல்லி, தூங்க விடாமல் செய்துவிட்டேன். காலை எழுந்ததும், "விளையாட் டாத் தெரியல, சீரியஸா... எமோஷனலா சொல்றான்" என்று வீட்டில் சொல்லிவிட்டார். அடுத்த ஒரு வாரம் நாக்கைச் சுருட்டிக்கொண்டேன்.

மாவட்டம் முழுக்க இருக்கும் கிறிஸ்தவப் பள்ளிகளுக்கான பைபிள் ஒப்பிக்கும் போட்டியைப் பற்றி ஒரு நாள் வகுப்பில் அறிவித்தார்கள். என்ன நினைத்தேனோ... கை தூக்கி, என் பெயரைப் பதிவு செய்துகொண்டேன்.

முழு பைபிளையும் மனப்பாடமாக ஒப்பிக்க வேண்டும். அதுவும் ஒரு மாதம்தான் இருக்கிறது. பாடப்புத்தகம் தவிர எந்தப் புத்தகத்தையும் திறந்திராத எனக்காக, ஜெனிஃபர் தன் வீட்டிலிருந்து பைபிள் கொண்டு வந்தாள். சிவப்பு ஸ்பாஞ் அட்டை. பக்கங்களுக்கு நடுவே தொங்கவிடும் பச்சை நூல். முதல் பக்கம், அவளது பெயர். யாரோ ஒரு பெரியவரின் கையெழுத்தில் இருந்தது, "To Our Beloved Angel Jenifer..." ஜெனிஃபரின் பைபிளைக் கைகளில் ஏந்தினேன்.

வகுப்பு இடைவேளைகளிலும், நான்கு மணிக்குப் பிறகும், ஒவ்வொரு நாளும் ஒவ்வொரு அதிகாரம். வசனங்களுக்கு அர்த்தம் சொல்லித் தந்த இதம். இதுவரை இந்த வகுப்பில் நான் பார்த்த மாணவியா இவள்? ஒருவேளை, அந்த தீர்க்கதரிசியை இவள் நேரில் தரிசித்திருப்பாளோ? வேத பாடம் ஜெனிஃபர் உதவியால் மனப்பாடமானது.

"நான் எவ்ளோ பைபிள் ஸ்டோரி சொல்றேன். நீ ஒண்ணுமே சொல்லமாட்டேங்கற?"

அப்போது எனக்குத் தெரிந்த ஒரே கதை, அம்மா சொல்லிக் கொடுத்த கண்ணப்ப நாயனார்தான். சட்டென்று எழுந்தேன். யாருமில்லாத வகுப்பில், தரையில் ஒரு கால், வகுப்புச் சுவரில் ஒரு கால் வைத்து, முருங்கைக் கம்பை அடையாளமாக வைத்து, சிவன் கண்களில் இரத்தம் வர அழுது, என் கண்கள் பிடுங்கிச் சிரித்தபடி துடித்து... நடித்து, "போதுமா?" என்று திரும்பிப் பார்த்தேன். ஜெனிஃபர் அழுதுகொண்டிருந்தாள். "கண்ணையே குத்திக் கொடுத்தாரா... ரொம்ப பாவம்ல அவரு? இயேசுவை சிலுவைல அறைஞ்சப்போகூட எப்படி வலிச்சி ருக்கும்?"

ஜெனிஃபர் அப்செட். இனி, சோகக் கதையே சொல்லக் கூடாது என்று முடிவெடுத்தேன்.

எப்போதும் பேசிக்கொண்டேயிருக்கும் எங்களைப் பற்றி மாணவர்கள் பேசிக்கொண்டிருந்தார்கள்.

ஒருநாள், பொது நீர்த்தொட்டியின் குழாயில் வாய் வைத்து குடித்துக்கொண்டிருந்த என்னிடம், பின்னால் நின்ற என் வகுப்பு மாணவன், "டேய் ஜெனிஃபர் சீக்கிரம் குடிடா" என்று சொல்ல, ஜெனிஃபரிடம் வாங்கிய புத்தகத்தைத் திருப்பிக் கொடுத்த ஒரு மாணவி, "தேங்ஸ்டி என். குமார்..." என்று சொல்ல...

புரிந்து விட்டது. எங்கள் பெயரை மாற்றிக் கூப்பிடுகிறார்கள். விளையாட்டுப் பரிகாசங்கள். தாங்கிக்கொள்ள முடியவில்லை. படபடவென்று ஆனது. நான்கு நாட்கள் ஜெனிஃபர் முகம் பார்க்காமல் தவிர்த்தேன். பள்ளி விட்டு வீட்டிற்குச் செல்லும் மண் சாலையில், அவள் வருவதற்கு முன்பாகவே வீட்டிற்கு ஓடினேன். பேசவும் நடுக்கம். பேசாமலும் இருக்கமுடியவில்லை.

பைபிள் வேறு பாதியில் நிற்கிறது. யாரிடம் சொல்ல? அவரிடம் போய்ச் சொல்லலாமா?

ஐந்தாம் நாள் காலையில் சீக்கிரம் பள்ளிக்குக் கிளம்பினேன். பள்ளியின் காம்பவுண்டிலேயே இருக்கும் அந்த சர்ச் வாசல் திறந்திருந்தது. உள்ளே யாருமில்லை. பையை ஓரத்தில் வைத்து விட்டு, அவர் முன் மண்டியிட்டு அழுதேவிட்டேன். "ஜெனிஃபர் கிட்டப் பேசணும்", "ஜெனிஃபர்கிட்டப் பேசணும்."

கலங்கிய கண்களோடு வகுப்பில் நுழைந்தேன். எப்போதும் முதலாவதாக வரும் ஜெனிஃபர், அவள் இடத்தில் உட்கார்ந்திருந்தாள்.

"ஏய்... என்.குமார். உம் மூஞ்சியே நல்லா இல்ல. கிண்டல் தானே பண்ணினாங்க. விடு."

எதுவும் நடக்காததுபோல் புன்னகைத்தாள்.

பரிகசித்தவர்களை மன்னித்தாள்.

நிஜமாகவே இவள் மூன்றாம் வகுப்பு மாணவிதானா?

மாதம் முடிந்தது. போட்டி முடிந்து, அறிவிப்பு வந்துவிட்டது. மாவட்டத்தில் முதல் பரிசு, என் பள்ளிக்கு... என் வகுப்புக்கு... எனக்கு... என்று காலையில் பள்ளியில் நுழைந்ததும் டீச்சர் சொல்ல, வகுப்பே "ஹே..." என்று கத்தியது.

அந்த சர்ச்சின் பக்க வாசலில் வைத்து காலை பிரார்த்தனைக் கூட்டம். சிறுவிழா. பள்ளியே அந்த மைதானத்தில் வரிசை வரிசையாய் நிற்க, மைக்கின் முன்னால் வந்த தலைமையாசிரியர் செல்லப்பா, "தினம் தினம் பைபிள் வாசிக்கற பெரிய பிள்ளைங்க எல்லாம் படிக்கிற ஸ்கூல். சம்பந்தமில்லாத ஒரு பையன், அதுவும், தேர்ட் ஸ்டாண்டர்ட். பைபிளைப் படிச்சு முதல் பரிசு வாங்கிருக்கான் பாருங்க!" என்று என்னை அழைத்துத் தோள் தட்டி, புத்தகங்களைக் கையில் கொடுத்தார். வாழ்க்கையில் முதல் பரிசு, அந்த முதல் பரிசு!

எல்லோருடனும் சேர்ந்து ஆசிரியைகளும் கைத்தட்டியது புதுக்காட்சி. கைகளில் புத்தகங்களோடு சிமெண்ட் படிகளில் வகுப்புக்கு ஏறினேன். அன்றைய வகுப்புகளில் பாடமே தலையில் ஏறவில்லை. எல்லோரும் பாராட்டிவிட்டார்கள், ஒருத்தியைத் தவிர.

சாயந்தரம் கிளம்பும்போது கேட்டேவிட்டேன். “ஏன் ஜெனிஃபர் உன்னாலதானே, ப்ரைஸ் வாங்கினேன். நீ ஏன் ஒண்ணுமே சொல்லல? என்ன மிஸ்டேக் எம்மேல?”

“நீ தான் சொல்லணும்.”

“நானா?”

“உங்கிட்ட சுத்தமா பேசக்கூடாதுன்னு நினைச்சேன். உம் மூஞ்சியே சரியில்ல, என்.குமார். பாக்கப் பாவமா இருக் கேன்னுதான் பேசறேன். சொல்லு... என்ன சொன்னே என் ஃப்ரண்ட்கிட்ட?”

விழித்தேன். நல்லவிதமாகத்தானே சொன்னேன்.

“அவகிட்ட உன்னைப் பத்தி ப்ரைஸ் பண்ணித்தான் சொன் னேன், ஜெனிஃபராலதான் ஜீசஸ் கிடைச்சார்னு.”

கொஞ்சம் மௌனித்துவிட்டு, என் கண்களைப் பார்த்துக் கேட்டாள்.

“ம்... ஏன்... ஜீசஸாலதான் ஜெனிஃபர் கிடைச்சான்னு சொல்லல?”

கன மழை பயிரைப் பாதிப்பதுபோல, ஜெனிஃபரின் ’கன அன்பு’, இந்தச் சிறு உயிரைப் பாதித்தது.

பொய்க்கோபத்தைத் தூக்கிப்போட்டுவிட்டு, சிரித்துக் கொண்டே கைகுலுக்கி, “சரி விடு. வெரி... வெரி குட்” என்றாள்.

ஜெனிஃபருக்கு மரத்தால் செய்யப்பட்ட பெரிய ஆர்கன் பிடிக்கும். அவர்கள் வீட்டில் வாசிப்பார்களாம். ஜெனிஃபருக்குப் பிடித்த கலர், லேவண்டர். (“அப்படியெல்லாம் ஒரு கலர் இருக்கா?” கேட்டேன்.) ஜெனிஃபருக்கு சாப்பிடும்போது செருப்பு அணிந்தால் பிடிக்காது. எனக்கு உயிரான உப்பு மாவை ஜெனிஃபருக்கு சுத்தமாகப் பிடிக்காது. ஜெனிஃபர், டீச்சரிடம் திடீரென்று ஆங்கிலத்தில் பதில் சொல்வாள். வகுப்பே திடுக்கிடும். ஜெனிஃபர் தனியாகத்தான் வருவாள். தனியாகத்தான் போவாள்.

அந்த மூன்றாம் வகுப்பு, ஒரு வருடம்தான் இருக்குமா? அந்த நாட்களில் நான் விடுமுறை எடுக்கவேயில்லை. விடுமுறை விட்டால் பிரிவு பயம் வந்துவிடும். இது எதில் போய் முடியும்? ஒரு நாள் முடிந்துதான் விட்டது.

பள்ளி நிறைவுத்தேர்வு நெருங்கிய மாதம் ஜெனிஃபர் வரவில்லை. முதல் மூன்று தேர்வுகளுக்கும் வரவில்லை. யாரிடம் கேட்பது? வகுப்பு டீச்சர், இன்னொரு டீச்சரிடம் சொல்லிக் கொண்டிருந்தார், "ஜெனிஃபருக்கு டைஃபாய்டு."

ஒருநாள் வந்துவிட்டாள். உட்கார்ந்தாள். பரீட்சை எழுதினாள். கிளம்பினாள். யாரிடமும் பேசவில்லை. என்னைத் திரும்பிக் கூடப் பார்க்கவில்லை. குறைந்தபட்சம், முப்பது முறை அவளைக் கவனித்தேன். கண்களில் அசதி. முக வாட்டம். சதைப் பிடிப்பாக இருக்கும் அந்தச் சட்டையின் கைப் பக்கம் கொஞ்சம் தளர்ந்திருந்தது. காய்ச்சல் அவளை உருக்கியிருந்தது. இப்போதும் யாருக்காவது டைஃபாய்டு என்றால் எனக்கு வலிக்கும்.

கடைசித் தேர்வு எழுத உட்கார்ந்தபோது இன்னொரு அதிர்ச்சி, நண்பன் சாலைக்குமார் சொன்னது, "ஜெனிஃபர் அடுத்த வருஷம் வேற ஸ்கூல் போகப் போறாளாம்."

டீச்சர் ஜெனிஃபரிடம், "ப்ரமோட்டட் கார்டு வீட்டுக்கு வந்துடும்மா. கவலைப்படாதே. நீ பெஸ்ட் ஸ்டூடண்ட்!" என்று கன்னம் தட்டி வாழ்த்தினார். எல்லோரும் எல்லோரிடமும் சொல்லிக்கொண்டு கிளம்பினார்கள்.

பக்கத்தில் யாரையும் அண்டவிடாமல், எப்போதும் இறங்கும் முன்பக்க வரிசைப் படியின் கீழே நின்றுகொண்டிருந்தேன். இனி, ஜெனிஃபர் இல்லாத பள்ளியில் எப்படிப் படிப்பேன்?

ஜெனிஃபர் வேறு பக்கமாய் இறங்கி பள்ளிக்கூடம் தாண்டி விட்டாள். கொத்துக் கொத்தாய் மாணவர்கள், மாணவிகள் பரீட்சை முடிந்த சந்தோஷத்தில் நகர்ந்து கொண்டிருக்க, ஜெனிஃபர் தனியாகப் போய்க்கொண்டிருந்தாள்.

பைக்கட்டோடு ஓடினேன். பின்னால் போய் நின்று, அவள் பெயரைச் சொல்லி நிறுத்தினேன். அதற்குள் மூன்று சாலைகள் பிரியும் அந்தச் சந்திப்பிற்கு வந்துவிட்டாள். வயிற்றைக் கலக்கியது.

"ஜெனிஃபர்... ஸ்கூல் மாறப் போறியாமே?"

"ஆமா..." குரலும் மெலிந்திருந்தது.

"ஏன்?"

"அப்பா கான்வென்ட் சேர்க்கப்போறாங்க. இங்கிலீஷ் மீடியம்ல படிக்கப் போறேன்."

ஏதோ முன்பின் அறியாதவனிடம் முதல் தடவை பேசுவது போல் அந்நியம் காட்டினாள். எனக்கு மயக்கம் வருவதுபோல் இருந்தது.

"டீச்சர் உனக்குத்தானே எப்பவும் ஃபர்ஸ்ட் ரேங்க் போட றாங்க. ஏன் வேற ஸ்கூல்?"

ஒன்றும் சொல்லவில்லை.

"ஜெனிஃபர்... இனிமே என்கூடப் படிக்க மாட்டியா?" உடைய ஆரம்பித்தேன்.

"நான் வீட்டுக்குப் போகணும்..."

திரும்பிப் பார்க்காமல் சொல்லிவிட்டு, சட்டென்று நடக்கவும் ஆரம்பித்துவிட்டாள்.

"உம் மூஞ்சியே சரியில்ல என். குமார். பார்க்கப் பாவமா இருக்கு. அதான் பேசினேன்..." என்று முன்பு சொன்னதுபோல் சொல்ல மாட்டாளா?

"ஜெனிஃபர்... ஜெனிஃபர்..." என்று மண்டியிடாத குறையாய் அழுதேவிட்டேன்.

காரணமே சொல்லாமல், காதில் விழாத தூரத்திற்குப் போய்க் கொண்டிருந்தாள், ஜெனிஃபர்.

பைக்கட்டோடு, முட்டிக்கொண்டு வழிந்த அழுகையோடு, அந்த முச்சந்தியில் எத்தனை மணி நேரங்கள் நின்றேன் என்று தெரியவில்லை.

•

இப்போதும் அந்த ஊருக்குச் செல்கிறேன்.

அந்தப் பள்ளியில், அந்த வகுப்பறையில், அந்த சர்ச்சில், அந்தப் படிகளில், மூன்று சாலைகள் பிரியும் அந்தச் சந்திப்பில் சென்று நின்றுகொள்கிறேன்.

...

இப்படி, மறக்க முடியாத இடத்தில் நான் நிற்கலாம்; நீங்கள் நிற்கலாம். யாரும் நிற்கலாம். காலம் நிற்காதே!

https://tinyurl.com/kalamebodhi8

9

கர்ண பிரதாபம்

காட்சி - 1

திரையை விலக்கியவுடன் ஒல்லியாய் சாட்டைபோல் ஒரு முதியவர் தலையில் மயிற்பீலியுடன் ஒரு பெண்மணிக்கு போதனை நடத்திவிட்டு புன்னகைத்துக்கொண்டே சென்றார். தலையில் கைவைத்து செய்வதறியாமல் அந்தப் பெண்மணி அமர்ந்தார். ஆர்ப்பாட்டமாய் ஒரு சோக இசை வாசிக்கப் பட்டது. அவர்கள் முறையே கிருஷ்ண பரமாத்மா, குந்தி என்று புரிந்தது.

மாநகராட்சிக் கலை அரங்கத்தில் நாடக விழா அரங்கேறிக் கொண்டிருந்தது. மகாபாரதக் கதை. ஐம்பது வருட அநுபவக் கிருஷ்ணர் என்றால், எப்படி இருக்கும்? கண்கள் ஒடுங்கி, முகமெல்லாம் சுருக்கம். பெரும்பாலும் வயதான நடிகர்கள். ஆனாலும், அவர்களின் நாடகத் தமிழ் நாற்காலிகளை நிரப்பிக் கொண்டிருந்தது.

அடுத்த காட்சி, மேடையில் வண்ண வெளிச்சம் சிதறடிக்க... கர்ணன் நுழைந்தார். கருத்த தேகம். சிறு தொப்பை. முன் வழுக்கை வரை இழுத்து அமைத்த கிரீடம். வயதை மறைக்க எதுவும் செய்யவில்லை. வேஷம் போட்டவரிடம் ஏதோ ஒரு வசீகரம். வாய் திறந்து பேச ஆரம்பித்த நொடியே வாய் பிளந்து பார்த்தார்கள். அவர் பாடப் பாட கர்ணனே இப்படித்தான் நிஜத்தில் உலவியிருப்பானோ? என்று தோன்றியது. எத்தனை முறை பார்த்துக் களித்த கதை. தாடையில் முட்டுக்கொடுத்து சுவாரசியமாக இரசிக்கும்படிச் செய்துகொண்டிருந்தார்.

"அம்மா! அம்மா!! இப்போது என் செவிக்கு மட்டும் கேட்கும்படியாவது, 'மைந்தனே!' என்று இயம்புவாயா? உன் முலைப்பால் அருந்தா மகவாக இருப்பினும், போரில் மடிந்தால்,

மடி மீது என் உடல் ஏந்தி, "கர்ணன் என் மூத்த மகன். என் ஆசையில் பெற்ற மகன். நான் ஆசையாய்ப் பெற்ற மகன்!" என்று உலகத்தோர் கன்னத்தில் அறையும்படி முழங்குவாயா, அம்மா?" என்று குந்தியின் கைப்பற்றி சத்தியம் வாங்கிக் கொண்டிருந்தார்.

துவண்டு போன யானையின் பிளிறல் போல கர்ணன் உகுத்த கண்ணீர், அந்த அரிதாரத்தையே அழ வைத்தது. திரை, சோகமாய் தரையைத் தொட, கீழே கைத்தட்டல் சரசரவென்று பரவியது.

எல்லோரும் நிமிர்ந்து உட்கார்ந்த அடுத்த காட்சியிலேயே, திடீரென பரபரவென்று வசனங்கள் குறைய, காலில் சக்கரத்தைக் கட்டிக் கொண்டதைப்போல கதாபாத்திரங்கள் அங்குமிங்கும் ஓட, ஏனோதானோவென்று நாடகம் சட்டென்று அடுத்த மூன்றே காட்சிகளில் முடிவுக்கு வந்தது. 'இதென்னடா கூத்து?' என்று எல்லோருக்கும் ஒரு ஏமாற்றம்.

அரங்கில் நுழைந்த அமைச்சருக்காக அரங்க விளக்குகள் போடப்பட்டன. மேடையில் நாற்காலிகள் முற்றுகையிட்டன. நாடகக் குழுவினர் அழைக்கப்பட்டு பொன்னாடைகள் போர்த்தப்பட்டு, விழாப் பேச்சு ஆரம்பமானது.

காட்சி - 2

இருட்டு. அரங்கத்தின் வெளி வளாகம். ஷாமியானாவின் உள்ளே, ஒப்பனை கலைத்துக்கொண்டிருந்த அந்தக் கர்ண வேஷக் கலைஞரிடம் பெரியவர் ஒருவர் சண்டை போட்டுக் கொண்டிருந்தார். பக்கத்தில் சின்ன வயதுப் பேத்தி. "என்ன சார்... அநியாயம்! கர்ணன் கதை தெரிஞ்சுக்கட்டும்னு கூட்டிட்டு வந்தேன். தலைக்கும் வாலுக்கும் நடுவுல உயிரே இல்லாம ஒரு ப்ளே. அஞ்சாறு சீன்ல முடிச்சுட்டு ஓட றீங்களே?"

எந்த பதிலும் சொல்லாமல், அவர்கள் இருவரையும் அழைத்துச் சென்று, அங்கே இருந்த சற்று விசாலமான பொதுக் கழிப்பிடத்தின் முகப்புப் பகுதியில் நின்றுகொண்டார். இவர்களுக்கு இரு நாற்காலிகள் போட்டு உட்கார வைத்தார். தலையில் கிரீடம் இல்லை. கலைக்கப்பட்ட அரைகுறைச் சாயங்கள் தோய்ந்த முகம். துடைக்காத வியர்வை.

ஆரம்பித்தார்.

அடுத்த இருபது நிமிடம் ஒரு நாடகம் நடந்தது, அங்கே. அதுதான், நிஜமான 'கர்ண பிரதாபம்'. விவரிக்க முடியாத கலை ஆக்ரோஷம். விடுபட்ட காட்சிகளைத் தனி ஆளாக நடித்துக் காட்டினார். சண்டை போட்ட பெரியவர், காலில் விழப்போனார். பிறகு, பேத்தியைக் காலில் விழவைத்து, அவளை ஆசிர்வதிக்குமாறு சொன்னார்.

அவர்கள் போனபிறகு, எதுவும் நடக்காத தோரணையில் மீண்டும் ஷாமியானாவுக்குள் ஆடை கலைக்க நுழைந்த அவரிடம், (இந்தக் கர்ண மகாராஜாவுக்கு அறுபது வயதென்று யார் நம்புவார்கள்?) என்னை முறையாக அறிமுகம் செய்து கொண்டு, "உங்ககூட ஒரு ஃபோட்டோ எடுத்துக்கறேன்" என்றேன். "ஏன் தம்பி, அதெல்லாம் வேண்டாம். நாம என்ன பிரபலங்களா? கூப்பிடறாங்க. வந்தோம். பண்றோம். திடீர்னு முடிக்கச் சொன்னாங்க. முடிக்கறோம். மூட்டை கட்டறோம்." விரக்தியில்லாத நிஜம்.

அதன் பிறகு அரைமணி நேரம் பேசிக்கொண்டிருந்தோம்.

ஒப்பனை கலைத்த சக கலைஞர்கள் வேன் வரை சென்று விட்டார்கள். அந்தக் கலை விழாவில், கிடைத்த அழைப்பிற்காக, வெகு வெகு சொற்பத் தொகைக்காக, அதிகமான கதாபாத்திரங்களோடு, மெனக்கெடல் மிகுந்த தயாரிப்போடு ஆரம்பித்து, நாடக நடுவிலேயே அரசியல் பிரபலம் வந்து விட்டதால், மொத்தக் காட்சிகளையும் சுருக்கி, ஆற்றாமையோடு முடித்துக்கொண்டு, அதே நாடகத்தைக் கழிப்பிடத்தின் அருகில், இரு பார்வையாளர்களுக்காக மூச்சு முட்ட நடித்துக் காட்டிவிட்டு, திருப்தியோடு கிளம்பிய, 'தஞ்சை குழந்தை மாறன்' என்கிற கர்ண பார்ட் கலைஞன், அன்றுதான் என் நண்பரானார்.

காட்சி - 3

குழந்தை மாறனுக்கு சின்ன வயதில் படிப்பும் ஏறியது; நடிப்பும் ஏறியது.

அப்பா கூத்துப் பாட்டு எழுதும் திறம் வாய்ந்த குயவர். அவர் செய்யும் ஒவ்வொரு பானையும் ஒரு பாட்டோடு முடியும்.

அப்பா பாடிக் கேட்டு, அப்பாவுக்குத் தெரியாமல் கண்ணாடி முன்னால் நடித்துப் பார்த்து. 'நான் நடிகன்'

என்று பத்து வயதிலேயே தீர்மானித்துக்கொண்ட சிறுவன், குழந்தை மாறன். கலை, சோறு போடுமா, குழம்பு ஊத்துமா? என்றெல்லாம் வயிற்றிடம் விசாரிக்காமல், முகத்தில் வண்ணம் பூச ஆரம்பித்துவிட்டான்.

அப்பாவுக்காகச் சட்டியும் பானையும் விற்கப் போகும் இடத்தில் 'விழா இருக்கிறதா, நாடகம் போடட்டுமா? காசு வேண்டாம். பார்க்க ஆட்கள் தயார் பண்ணுங்க. ஜமாய்ச் சுடுவோம்' என்று திரையைச் சுருட்டிக்கொண்டு, ஒரு பெட்டி யில் ப்ராபர்டிகளைத் தூக்கிக்கொண்டு ஊர் ஊராகச் சுற்றினான்.

முப்பது பக்கங்களை மனனம் செய்யப் பத்து நிமிடம் போதும். அப்படி ஆன முப்பதும், ஆயுசுக்கும் மறக்காது. ("கூரத்தாழ்வார் மாதிரி நீயும் 'ஏக சந்த கிராஹி'தான்பா!" – ஒரு துறவி முதுகு தட்டினார்.)

நாடகத்திற்குக் கூட்டம் குறைவாக வரக் காரணமே சினிமாதான் என்கிற கோபம் குழந்தை மாறனுக்கு உண்டு. அதிலும், அப்போது எல்லோரும் ஒருவரை ஆரவாரமாகப் பாராட்டிக்கொண்டிருந்தார்கள். நாடக வாழ்க்கையில் சில பதக்கங்களை இருபது வயதுக்குள்ளாகவே வாங்கியிருந்த குழந்தை மாறனுக்கு அந்தப் பெயரைக் கேட்டாலே, ஒரு அசௌகரியமும், காரணமற்ற கோபமும் வந்துவிடும்.

அந்தப் பெயர்... நடிகர் திலகம் சிவாஜி கணேசன்.

காட்சி - 4

திருமணத்திற்கு சொந்தத்தில் ஒரு பெண் இருந்தும், குழந்தை மாறன் கூத்துக்காரன் என்பதால், "ஒருவகைல மல்லிகா உனக்கு தங்கச்சி முறை ஆகுதுப்பா!" என்று மறுத்துவிட்டு, தெரிந்த உறவுக்கார குடிகாரனுக்கே கட்டிக் கொடுத்துவிட்டார்கள்.

அயலூரிலிருந்து நடிக்க வரும் பெண்களில் இரண்டு பேருக்கு ஒரு மயக்கம் இருந்தது, குழந்தை மாறன் மேல். சாக்கு போக்காக உரசுவார்கள். "அதெல்லாம் நடிப்போட நிறுத்திக்கோங்க" என்று தட்டிவிட்டான். பீடி, சிகரெட், வெற்றிலை, பாக்கு, சீவல் இத்யாதியெல்லாம் அறவே கிடையாது. சிற்றின்பன் அல்லன் என்பதால் நாடகம் புக் செய்கிறவர்களுக்கு பெரிய பதற்றம் இருக்காது. டாண் டாண் என்று தன்னாலே நடக்கும்.

உடுப்பு மாட்டும் முன் ஒரு சொம்பில் சுக்கு காப்பி வேண்டும். அது போதும்.

ஸ்த்ரீ பார்ட் முதல் பிச்சைக்காரக் கிழவன் வரை மாறி மாறி எத்தனையோ வேஷம் போட்டதால் தன் நிஜ வயது என்னவென்றே தெரியாத மனநிலை வந்துவிட்டது. இனி, பெண் கேட்டுப் படையெடுக்கவா? நாடக வாய்ப்புக் கேட்டு அலையவா?

நடக்கும்போது நடக்கட்டும் என்று விட்டபோதுதான், வந்தாள் பிரேமா. கலைஞன், மணவாளன் ஆனான். "உன் கல்யாணத்துல உன்னோட நாடகம் இல்லாமலா?" நண்பர்கள் உசுப்பிவிட, சாந்தி முகூர்த்த நேரத்தில், வீட்டுக் கூடத்தில் எல்லா உறவுகளையும், ஊரையும் உட்காரவைத்து யாரும் தூங்க முடியாதபடிக்கு, கொட்டாவிகூட விட முடியாமல், அப்படி ஒரு பாட்டு நாடகம்.

'எனக்குத் தாலி கட்டியவனா இப்புடித் துள்ளிக் குதித்து, ஆடிப் பாடி, கண நேரத்தில் மாயாவி போல் சிரித்து, அரசத் தேரைத் தனி ஆளாகத் தூக்குவதுபோல் சிரம பாவனை செய்து, அம்மாடி... இந்த ஆள் சாமானியன் இல்லை. நான் கொடுத்து வைத்தவள்தான். கைத்தட்டு வாங்கற புருஷன்' என்று பீற்றிக்கொள்ள ஆரம்பித்தாள்.

குழந்தை மாறனுக்கு மேடைக்கு வெளியே கிடைத்த முதல் சந்தோஷம், பிரேமா.

குழந்தை மாறன் ஒருமுறை அல்ல, பல முறை சொன்னது...

"அட, நம்ம வீட்டுல என்ன இருக்குதோ இல்லையோ, கிளம்பும்போதும், நுழையும்போதும், இருக்கும்போதும் நிம்மதி இருக்கும்."

எல்லா குழந்தை மாறன்களுக்கும் இப்படி பிரேமாக்கள் வாய்க்கவேண்டும்.

(பிரேமாக்கள் வாய்க்காதவர்களும், நாடகப் பிரேமையால் கல்யாணம் செய்ய மறந்த கலைஞர்களும் உண்டு. கலைகளையும், எளிய மனிதர்களையும் போற்றிய என் சிறிய தாத்தா ரா. லெ. நரசிம்மன், ஒரு இரவு அவசரமாக அழைத்து அறிமுகம் செய்து வைத்த பெரியவர் அருணகிரியும் அப்படிப்பட்டவரே.

மேடைகளில் வெற்றி முரசறைந்த 'மயில் ராவணன்' நாடகத்தைப் படைத்தது, இந்த ஒடிசலான தேகமா? 'நாடகப் பணி' அருணகிரியின் இளமைத்தமிழும் கொத்து நரை மீசையும் அழகிய முரண்.

தனது தோள்பையில், தான் எழுதிய சரித்திர நாடகங்களை, தான் பெற்ற வாரிசுகள்போல் திருவல்லிக்கேணி வீதிகளில் அணைத்துக்கொண்டே சுமந்து செல்வார். பலருக்கு நடிக்க வாய்ப்புக் கொடுத்து, கவலைக்கெல்லாம் இடம் கொடுக்காமல் பறந்த கலைப் பட்சி!)

காட்சி - 5

குழந்தை மாறனின் வீட்டு நிலைக் கண்ணாடிக்கு நிறைய முகங்கள் உண்டு. அத்தனையும் குழந்தை மாறனின் முகங்கள். எழுதாத நாடகப் பாத்திரங்களையும் கண்ணாடி முன்பாக நின்று, நடித்துப் பார்க்கும் பழக்கம் உண்டு.

ஆண்டபோது வெள்ளைக்காரன் கண்ணில் கூடப் படாத எத்தனையோ சிறு கிராமங்களை குழந்தை மாறனின் குரல் தொட்டுவிட்டது. எந்த ஊருக்குப் போனாலும் அந்த நிலைக் கண்ணாடியும் துணியில் சுற்றப்பட்டு, தகரப் பெட்டியில் பயணிக்கும். அரங்கேறும் முன் ஒரு முறை தன் பார்ட்டை தனியாகக் கண்ணாடியிடம் கொட்டிவிட்டுத்தான் ஆடை தரிப்பான். அந்தக் கண்ணாடிதான் குழந்தை மாறனின் முதல் பார்வையாளன்.

காட்சி - 6

திருநெல்வேலிப் பக்கம் ஏற்பாடு. ஒரு வாரம் தங்கி, பத்து நாடகங்கள் போடும்படி ஒப்பந்தம்.

"எப்பவும் வம்சம், சபதம், போர், சூழ்ச்சி, வீர மரணம்னு எழுதிக்கிட்டேவா இருப்பீங்க? எல்லாந்தானே வாழ்க்கை. எல்லாத்தையும் எழுதுங்க. புதுசாப் போடுங்க!" என்று பிரேமா தீ மூட்டிவிட, உள் அறையில் உட்கார்ந்து மூன்றே நாட்களில் குழந்தை மாறன் எழுதி முடித்தான், காதல் சாறு சொட்டும் படியான நாடகம், 'கிளி இளவரசி'.

ஊர்ப் பள்ளியில், இரண்டு நாட்கள் ஒத்திகை பார்க்கப் பட்டபோது, "பாருங்கண்ணே... இதான் போட்டு மொழக்கப் போவுது. ஹைலைட் ஆகும்ணே!" என்று நடிக்கும்போதே சக கலைஞர்கள் கொண்டாடினார்கள்.

என் குமார் / 81

திருநெல்வேலிக்குப் போய், அந்தக் கிராமத்தில் முந்தைய நாளே டேரா போட்டு, மேடை வாகு, கூட்டத்திற்கு எடுப்பாய் நிற்க வேண்டிய இடம் எல்லாம் சரி பார்த்ததும் குழந்தை மாறனுக்குப் பரம திருப்தி.

கடைசி நாள் சிறப்பு நாடகமாக, 'கிளி இளவரசி' காதல் நாடகத்தைப் போட்டுக்கொள்ளலாம் என்று முடிவானது. காரணம், புது நாடகம். அரங்கப் பொருட்கள், முக்கியமாக, ஒரு பஞ்சவர்ணக் கிளி செய்ய வேண்டும்.

அதே கிராமத்தில் இதையெல்லாம் கைவினையாக அச்சு அசலாக செய்யத் தெரிந்த ஒரு இளைஞன் இருக்கிறானென்று கேள்விப்பட்டான், குழந்தை மாறன். வாங்கிய முன்பணத்தில் ஒரு தொகையை எடுத்துக்கொடுத்து விஷயத்தைச் சொன்னதும் அந்த இளைஞன் மலர்ந்து போனான். "சும்மா ஆசைக்காக எதையோ அட்டைல ஒடைச்சு, வளைச்சு, வெட்டி, கலர் தாள் ஒட்டிப் பண்ணுவேன். இப்போ, உங்களுக்காகப் பண்றது... என்னான்னு சொல்ல, பெருமையா இருக்குய்யா. ரொம்ப ரொம்ப நன்றிங்க. மூணு நாள் போதும். நாடக நோட்டு இருந்தாக் கொடுங்க. படிச்சிட்டு லிஸ்ட் வெச்சுப் பண்ணிடுவேன்."

கதையைப் புரிந்துகொள்ள ஏதுவாக, 'கிளி இளவரசி', அவன் வசம் ஒப்படைக்கப்பட்டது.

ஒவ்வொரு நாளும், நாடகம் திருநாள் மாதிரி போனது. செலவு செய்து புகைப்படம் எடுக்கவும் ஏற்பாடானது. பத்தாவது நாடகத்திற்கு, மறு ஒத்திகை பார்க்க வேண்டும். "பொருட்களாவது அப்புறம் தரட்டும். அந்தப் பையன்கிட்ட இருந்து டிராமா ஸ்கிரிப்ட் வாங்கிட்டு வந்திடுங்க!" என்று தன் ஆளை அனுப்பினான், குழந்தை மாறன். போன ஆள் மட்டும் தான் வந்தார். அவர் வியர்த்துப்போய் சொன்ன விஷயம்...

அந்தப் பையன் ஏற்கனவே காதல் வயப்பட்டிருந்த பெண்ணோடு ஊரைவிட்டு ஓடிப் போய்விட்டானாம். இரண்டு நாட்களாக, நாடக நோட்டும் கையுமாக இருந்திருக்கிறான். அதன் வசனங்களை நண்பர்களிடம் பரவசப்பட்டு சொல்லிக் காட்டியிருக்கிறான். இப்போது வீட்டில் எங்கு தேடியும் அதைக் காணவில்லை. அந்தப் பெண்ணோடு, 'கிளி இளவரசி'யையும் தூக்கிக்கொண்டு ஓடியிருக்கிறான். கேள்விப்பட்ட குழந்தை மாறனுக்கு, எந்த உணர்ச்சியை வெளிக்காட்டுவதென்றே

தெரியவில்லை. திரும்பவும் நாடகம் எழுத எங்கே நேரம்? கையில் ஸ்கிரிப்ட்டே இல்லாமல், நினைவிலிருந்தே எடுத்து, வாயால் சொல்லிச் சொல்லிப் பயிற்சி கொடுத்து, ஓடிப்போன 'கிளி இளவரசி'யை, சொன்னபடியே மேடையில் கொண்டு வந்தான், குழந்தை மாறன்.

காட்சி - 7

தனது அப்பாவை, நடிகனாக அல்லாமல் நாயகனாகப் பார்த்தாள், நீலவேணி. குழந்தையின் குழந்தை. புரிகிறதோ இல்லையோ, அப்பா நடிக்கும்போது சத்தமே வராது. உற்றுப் பார்ப்பாள். அப்பாவின் சீன் முடிந்தால் சிணுங்க ஆரம்பித்து விடுவாள். ஒத்திகை சமயங்களில் எல்லாக் கலைஞர்களின் மடியிலும் தாவித் தாவி விளையாடுவாள். கதையில் குழந்தை ரோல் வந்தால் சம்பளம் வாங்காமல் நடிப்பாள். (காட்சி வந்ததும், அவர்களாகவே கையில் தூக்கி வைத்துக் கொள் வார்கள்.)

குழந்தை மாறன் வெளி மாநிலத்திற்குப் பத்து நாட்கள் சென்றிருந்த சமயம், பிரேமா மஞ்சள் காமாலை கண்டாள். வயதில் மூத்த உறவுகள், ஏதோ காரமான அசைவம், எண்ணெய் தலைக்குளியல் என்று முரட்டு வைத்தியம் செய்யப்போய், ஜன்னியில் படுத்த இரவே இறந்துபோனாள். வந்து சேர்ந்த குழந்தை மாறன் அழுத அழுகையில், ஊரே உறைந்து போனது. 'அம்மாடி... அம்மாடி...' என்று பிரேமாவின் கன்னத்தை வருடி வருடிக் கொஞ்சினான். அவளை எரிக்கும்போதுகூட ஏதோ பாடிக்கொண்டே எரித்தான்.

"பிரேமா சொன்ன வழிலதான போய்க்கிட்டிருந்தேன். அவளே போனப்புறம் என்ன செய்வேன்?" கிட்டத்தட்ட மூன்று மாதங்கள் தன் நாடகக் குழுவினரைக்கூடச் சந்திக் காமல், குழந்தை நீலவேணியோடு, இராமேஸ்வரம், கன்னியா குமரி என்று கடல் இருக்கும் ஊர்களுக்கு திடீர் பயணம் செய்துவிட்டு சொந்த ஊர் வந்தான்.

இனிக்க இனிக்க எவ்வளவு நடந்தாலும், உப்புக் கரிக்கிற கண்ணீர் எல்லோர் வாழ்க்கையிலும் உண்டு என்று உணர்ந்து கொண்ட விதமாய், ஊர் திரும்பிய அந்த இரவுதான் எழுதினான், 'கர்ண பிரதாபம்'. வீரத்துக்கு வீரம்; கொடைக்கு கொடை; அழுகைக்கு அழுகை; அமரத்துவ குணம்.

என் குமார் / 83

பார்ப்பவர்கள் எல்லோரும் கர்ணனாக மேடை ஏறும் குழந்தை மாறனைச் சாக விடாமல் அழுவார்கள். (நானூறு முறை மேடை கண்டு, பெரும் வரவேற்பைப் பெற்ற அப்படிப் பட்ட நாடகத்தைத்தான் அந்தப் பெரியவர் திட்டி, பிறகு மனம் வருந்தி, குழந்தை மாறனின் காலில் விழப்போனார்.)

காட்சி - 8

அந்த நாடக இரவுச் சந்திப்பிற்குப் பிறகு, குழந்தை மாறன் விடுத்த அன்பு அழைப்பை மறுக்காமல், அவரது தஞ்சை கிராமத்திற்கே போய்ப் பார்த்தேன்.

அறுபத்து இரண்டு வயது தொட்ட குழந்தை மாறனுக்கு கைபேசியைக் கையாளத் தெரியவில்லை. மகள் சொல்லிக் கொடுத்தும் வரவில்லை. அந்தக் கைபேசி, ஒரு வயதுப் பேத்தி உருட்டி விளையாட, வாயில் வைத்து எச்சில் வடிக்கப் பயன்பட்டது. அழ ஆரம்பித்த பாப்பாவை, நீலவேணியின் கணவர் வந்து தூக்கிக்கொண்டு போனார்.

“ஷீல்ட், பதக்கம் எல்லாம் வெச்சிருப்பீங்களே...” என்றேன், ஆர்வத்தில். எந்த நாடகத்திலும் செய்யாத ஒரு சிரிப்பை உதிர்த்தார். அப்போதுதான் கவனித்தேன். அவரது அறையின் சுவரில், நிலைக்கண்ணாடிக்குப் பக்கத்தில், இரண்டே புகைப் படங்கள்தான் இருந்தன. ஒன்று பிரேமா. இன்னொன்று, நடிகர் திலகம் சிவாஜி கணேசன்!

“சின்ன வயசுல அப்படியொரு கோவம் இவர் மேல. நம்மள மாதிரியெல்லாம் நடிக்க முடியுமா இவரால? எல்லாரும் சினிமா மோகத்துல தூக்கி வைக்கறாங்கன்னு ஒரு எரிச்சல். ’அந்த ஆளு மாதிரி நடிக்கறய்யா’ன்னு என்னைச் சொல்லிடு வாங்களோன்னுதான் இவரு படத்தையே பார்க்காம விரதம் மாதிரி இருந்தேன்.

ஒரு நாள் பிரேமாதான், “அப்படி என்னய்யா ரோஷம், பார்த்துப் பழகாத ஆள் மேல?”ன்னு, இவரோட படத்துக்குக் கூட்டிட்டுப் போச்சு.

தியேட்டர்ல லைட்ட அணைச்சு, திரைல வெளிச்சம் வந்து ஒரு அஞ்சு நிமிஷம் ஆச்சு. இவரு வந்தாரு... யப்பா... நிக்கறதும், நடக்கறதும், அந்தக் கண்ணுல என்னென்னமோ உணர்ச்சியெல்லாம் கொட்டுது. ஒரு அசாத்திய தேக அசைவு! குரலா அது!! குழந்தை மாறா... இந்த மனுஷனையா

பொறாமை பிடிச்சுப் பார்க்காம இருந்தே? எம்மேலயே ஆத்திரம் பொங்கிச்சு. ஒக்கார முடியாம, உடம்பெல்லாம் வேர்த்து, பிரேமாவோட கையப் புடிச்சு அழுத்தி, அழுது... அங்கேயே காய்ச்சல் வந்திருச்சு.

தம்பி, இவரு சினிமா நடிகரெல்லாம் இல்ல. யோகிய்யா... யோகி!

சின்ன வயசுல இந்த வீடு முழுக்க, நான் வேஷம் போட்ட படமாத்தான் தொங்கும். அன்னைக்கு ராத்திரியே எல்லாத்தையும் பரண்ல ஏத்திட்டேன். அடுத்த நாளே, இவரு படத்தை மாட்டினேன். மனசு கொஞ்சம் சமாதானமாச்சு."

குழந்தை மாறனின் வீட்டுச் சுவரில், சின்ன ஃப்ரேமுக்குள் பிரம்மாண்டமாய் சிவாஜி கணேசன் என்கிற யோகி இடம்பிடித்திருந்தார்.

காட்சி - 9

அந்தச் சந்திப்பிற்குப் பிறகு ஆறு வருடங்கள் கழிந்தன. ஒரு நாள் படப்பிடிப்புக்கு நடுவே ஒரு எண்ணம் வந்தது. வயது முதிர்ந்த, அநுபவமிக்க சிறந்த நாடகக் கலைஞரை ஒலிப்பதிவுக்கூடத்திற்கு அழைத்து வந்து, ஆடை, அலங்காரம், ஒப்பனையின்றி, ஒரு முழு நாடகத்தையும் பேச வைத்து, பாட வைத்து, உணர்ச்சிகரத் தனி ஆவர்த்தனமாய், 'ஒரு குரல் நாடகம்' பாணியில் பதிவு செய்தாலென்ன? என்று தோன்றியது. சொன்ன மாத்திரத்தில் இசையமைப்பாளரும் உற்சாகமானார். அவருக்குத் தெரிந்தவர்களிடம் விசாரிப்பதாகச் சொன்னார். எனக்குத் தெரிந்த சிலரில், எனது ஒரே விருப்பம், குழந்தை மாறன்.

கேட்டுவிடலாம். அழைத்தேன். கைபேசி ஒலித்துக்கொண்டேயிருந்தது. அடுத்த நாள் காலை நீலவேணியின் குரல் எடுத்தது. அறிமுகம் செய்துகொண்டு ஞாபகம் ஊட்டினேன்.

"ஆங்... தெரியுது. ஒரு முறை வந்தீங்களேண்ணா..." என்றார். விஷயத்தைச் சொன்னேன்.

"எப்போ வசதிப்படுமோ, இந்த வாரத்துக்குள்ள அப்பாவை அனுப்பி வைக்க முடியுமா? மத்ததெல்லாம் நான் பார்த்துக்கறேன்மா!" என்றேன்.

கொஞ்ச நேரம் பேசாமல் இருந்த நீலவேணி, "இல்லண்ணா. அப்பா நடிக்கறதை நிறுத்திட்டாரு!" என்றார்.

ஏன்?

ஒரு வருத்தம் எழுந்தாலும் அதற்கு மேல் வற்புறுத்த விருப்பமில்லை. 'முடியும்போது தஞ்சைப் பக்கம் வருகிறேன்' என்று நீலவேணியிடம் சொல்லி வைத்துவிட்டேன். நேரில் சம்மதிக்க வைத்துவிடலாம் என்ற நம்பிக்கை. அந்த ஒலிப்பதிவு முயற்சியும் வேறொரு விஷயமாக மாறிவிட்டது.

இது நடந்து சில மாதங்களுக்குப் பிறகு, குழந்தை மாறன் குழுவிலிருந்த ஒரு நடிகரைச் சந்திக்க நேர்ந்தது.

"அய்யா நல்லா இருக்காருல்ல?" என்று விசாரித்ததும்,

"தெரியாதா? ரெண்டு வருஷத்துக்கு முன்னாடியே ஆசான் தவறிட்டாரே..." என்று அதிர்ச்சிப்படுத்தினார்.

"ரெண்டு வருஷமாச்சா?" நம்ப முடியாமல் மீண்டும் விசாரித்தேன்.

இருக்கிறார் என்றே ஒருவரை நினைத்துக்கொண்டிருக் கிறோமே... அவர் இல்லையா இப்போது?

இனி, 'கர்ண பிரதாபம்' குழந்தை மாறனின் குரலில் ஒலிக் காதா?

சமீபத்தில் அழைப்பு விடுத்தபோதுகூட நீலவேணி இதைச் சொல்லவில்லையே...

நீலவேணி சொன்னதும் சரிதான். "அப்பா... நடிக்கறதை நிறுத்திட்டாரு!" எத்தனை நயமான பதில்.

...

கால மேடையில் நான் சந்தித்த அந்தக் கலைஞன், சாகவில்லைதான்!

10

ஆகாயப் பவழமல்லி

"பவழமல்லி பவழமல்லி பவழமல்லி...ன்னு ஒரு நோட்டுல நூறு தடவை எழுதிட்டு வா. அப்போதான் உனக்கு அந்தப் பெயர் ஞாபகத்துல இருக்கும்."

இப்படி எழுதச் சொன்னது நர்மதா அக்கா.

நான் இம்போசிஷன் செய்யப் பிடிக்காத, ட்யூஷன் போக விரும்பாத ஐந்தாம் வகுப்பு மாணவன். ஆனாலும், என் கேள்விக்கெல்லாம் காது கொடுத்த நர்மதா அக்கா சொன்னால் செய்யவேண்டியதுதான்.

அதே தெருவில் தனி காம்பவுண்டு, தனி வீடு. அப்பா இல்லாத குடும்பம். அம்மா, உடன் பிறந்த மூன்று தங்கைகள். காலையில் எல்லோருக்கும் முன்பாக எழுந்து, தரையில் விழுந்த பூக்களை ஏதோ முணுமுணுத்துக்கொண்டே எடுத்துக் கொண்டிருப்பார் நர்மதா அக்கா. நான் முதல் முறை பார்க்கும்போதும், எல்லாக் காலையிலும் இதே காட்சி.

அந்தப் பூக்களின் பெயர் தெரியாமல், ஒவ்வொரு முறையும் ஒவ்வொரு பெயர் சொல்லிக் கேட்பேன். அக்கா எத்தனை முறை சொல்லிக் கொடுத்தும் மனதில் நிற்கவில்லை.

பவழமல்லி... இப்போது சொல்ல வருகிறது. அப்போது, நூறு முறை எழுதும்படியானது.

நர்மதா அக்காவின் கூந்தல், வகிடிலிருந்து அலை அலை யாய்ப் பிரிந்து தோள்பட்டையில் வழிந்து இடுப்பு வரை சேரும். பின்னல் போட்டால் எல்லாம் இரட்டைப் பாம்பாய் அடங்கும்.

ஆச்சரியப்பட்டுச் சொன்னேன்,

"அதான்... உங்க பேரு நர்மதான்னு நதி பேர் வெச்சதாலதான் இப்படி அலை மாதிரி சுருள் சுருளா இருக்கு. பொறக்கும்போது வைக்கற பேர், அதுக்கு ஏத்த மாதிரி ஏதாவது ஒண்ணு நம்மகிட்ட இருக்கும்."

என் கண்டுபிடிப்பைச் சிரித்து இரசித்துவிட்டு மறுத்தார்.

"ஏய்... என் தங்கை பேர் கங்கா... அவ முடி இப்படியா இருக்கு? இதெல்லாம் ஜீன்ஸ், அவங்கவங்க நேச்சர்னு நிறைய விஷயம் சம்பந்தப்பட்டது. அது பெரிய சப்ஜெக்ட். உனக்கு ட்யூஷன்தான் எடுக்கணும்."

நர்மதா அக்கா சொன்னால் சரிதான். இருக்கலாம். இருக்கலாமென்ன... அப்படித்தான் இருக்கும்.

வயது வித்தியாசம் இருபது. ஆனால், என்ன கேட்டாலும் ஒரு விளக்கம் கிடைக்கும். கேட்பது பத்து வயதுப் பையன்தானே என்ற அலட்சியம் இருக்காது.

ஒருநாள் காலையில், தெருவில் ஆர்ப்பாட்ட கோஷம். வாசல் வந்து பார்த்தேன். துணியில் ஒரு மனித உருவம். காலர் இல்லாத முழுக்கை சட்டை. வெள்ளை வேட்டி. உள்ளே வைக்கோல் திணிக்கப்பட்டிருந்தது. லுங்கி, பெல் பாட்டம் பேண்ட் அணிந்த இளைஞர்கள் முகமெல்லாம் கோபத்தோடு அதைத் தரதரவென்று இழுத்துக்கொண்டு நடக்க, போலீஸ் உடைகள் தெருமுனையில் வந்ததும், சரேலென்று ஒரு தீக்குச்சி உரசி, அந்தத் துணி உருவம் பக்கென்று பற்றி எரிந்தது. ஒரே களேபரம். இளைஞர்கள் ஒருவருடைய பெயரைச் சொல்லி 'ஒழிக!' என்று கத்திக்கொண்டே ஓடினார்கள். வந்த போலீஸ் குழாயடித் தண்ணீரில் அதை இழுத்துக் கிடத்தி, தீயை அணைக்க, கருப்புச் சாம்பல் நீர் தேங்கியது. அந்தப் பரபரப்பு அடங்க சாயங்காலம் ஆனது.

புரியாமல் நின்ற என்னிடம், எரிக்கப்பட்டது இலங்கையின் அப்போதைய அதிபர் ஜெயவர்தனாவின் உருவ பொம்மை என்று சொல்லி, இருபது நிமிடம் வாசல் கல் பெஞ்சில் உட்கார வைத்து, நர்மதா அக்கா அவ்வளவு பெரிய இனப் பிரச்சனையைப் புரிய வைத்தார்.

இப்படி எல்லாமும் தெரிந்தும் பதற்றமேயில்லாமல், அதி காலையில் எழுந்து ஒவ்வொரு பவழமல்லியையும் வருடி வருடி எடுத்துச் சேர்க்க முடியுமா? நிதான மனநிலையா? அதைத் தாண்டிய தியான நிலையா?

நேற்று இரவு இங்கு வந்தபோதுகூட இல்லையே, திடீரென்று அதிகாலையில் எப்படி? பவழமல்லி தரையெல்லாம் சிதறிக் கிடக்கும். அருகிலிருக்கும் சைக்கிள் சீட், கல் பெஞ்ச், அடி குழாய் பக்கமெல்லாமும் சென்று எடுக்கவேண்டியிருக்கும்.

சகதில பட்டிருச்சே, கட்டெறும்பு தொட்டிருச்சேன்னு எந்தப் பவழமல்லியையும் புறக்கணிக்காமல் அக்கா எடுக்கும்போது, அந்தச் சந்தேகம் வந்தது.

“பூவை ரொம்ப சுத்தமாத்தானே, பறிச்சுத்தானே எடுத்து சாமிக்குப் போடணும். தரைல விழுந்திருச்சே. இது காலைல பால்காரி கால்ல கூடப் பட்டிருக்கும் போலயே?”

சின்னக் கேள்விதான் கேட்டேன். கைக்கூடையை ஓரமாக வைத்தார் நர்மதா அக்கா. எனக்கு ஒரு கதையே கிடைத்தது.

“பவழ மல்லிகான்னு ஒரு தேவதை. சூரியனை அவளுக்கு ரொம்பப் பிடிக்கும். ஆனா, சூரியன் அதைப் புரிஞ்சுக்காம, ‘எனக்கு உன்மேல ஆசையில்ல’ன்னு மறுத்திட்டாரு. இந்த வலியைத் தாங்கிக்க முடியாத பவழ மல்லிகா ரொம்ப வருத்தப்பட்டு, சூரியனையே பார்க்காம இருக்க ஆரம்பிச்சா. மறக்கணும்னு நினைச்சா. சூரியனுக்கே சம்பந்தமில்லாம இருக்க ஆசைப்பட்டு பவழ மல்லிப் பூவா மாறிட்டா. அதனாலதான் பவழ மல்லி நிலா வெளிச்சத்துல வரும். சூரியன் வர்றதுக்குள்ளயே பூத்து, காத்துக்கு வாசனையைக் கொடுத்துட்டு, தானா தரைல உதிர்ந்திடும். பவழமல்லி, கிட்டத்தட்ட கண்ணீர்த்துளி மாதிரி, குமார்.

யார் தலைக்கும் ஏறாத பூ. பவழமல்லி அழுக்கு, புனிதம்லாம் தாண்டின பூ!”

அன்று நர்மதா அக்காவோடு குனிந்து பூ எடுத்தபோது, நிஜமாகவே ஒரு தேவதையின் கண்ணீரைச் சேகரிப்பது போலத்தான் இருந்தது.

அக்காவிற்கு எல்லாமே அழகு, அர்த்தம், இரம்மியம். என்னைப் படுத்திய இளையராஜா, இவ்வளவு இரசனையான நர்மதா அக்காவை விட்டு வைப்பாரா?

எப்போதுமே இளையராஜா பாட்டுதான் அவர்கள் வீட்டு வாசல், ஜன்னல் வழியாக வழியும்.

அக்கா தேர்ந்தெடுத்த பேச்சுத்துணை நான்தான். கடைக்கு, கோவிலுக்குச் சென்றாலும், தோழிகள் வீடு என்றாலும் நானும் இருப்பேன்.

அக்கா வீட்டில் இல்லாவிட்டால், இரண்டு மூன்று தெருக்கள் தாண்டி, பிரதான சாலையில் இருந்த டைப்பிங் இன்ஸ்டிடியூட்டில் இருப்பார்கள். டைப்பிங், ஷார்ட்ஹேண்ட் க்ளாஸ் போகும்போது, வீட்டு வாசலுக்கே வந்து கூட்டிச் செல்வார். கையில் சுருட்டிய வெள்ளைத் தாள். இன்னொரு கையில் என் கை.

டைப்பிங் இன்ஸ்டிடியூட் வாசலில் இருந்த மர ஸ்டூலில் நான் உட்கார்ந்து உள்ளேயும் வெளியேயும் வேடிக்கை பார்க்கலாம்.

ஒருநாள், அக்கா வீட்டில் ஒரு பாடல் ஒலித்தது. இனித்தது. திரும்பத் திரும்ப ஓடிக்கொண்டிருந்தது.

'பாலைவனச்சோலை' படத்துப் பாட்டு. பாடியது வாணி ஜெயராம். நடித்தது சுகாசினி.

"அக்கா! இது, இளையராஜா போட்ட பாட்டில்லை... சங்கர்-கணேஷ்!"

"அதுக்கென்னடா... பாட்டு, மியூசிக் எல்லாம் எவ்ளோ க்ளாஸா இருக்கு பாரு!"

எனக்குத் தெரிந்து டைப்பிங் இன்ஸ்டிடியூட்டிற்கு எதிரில் இருந்த சிமெண்ட் கடை டேப் ரெக்கார்டர் ஸ்பீக்கரில்தான் அந்தப் பாட்டை முதலில் கேட்டேன். அதன் பிறகு அதிகம் கேட்டது, அக்கா வீட்டில்தான்.

கலர் கண்ணாடி வைத்த அந்த சிமெண்ட் கடையில் ஆட்கள் வரத்து குறைவாக இருக்கும். ஆனால், நல்ல வியாபாரம் என்றும், ஓனர் நல்ல மாதிரியென்றும் சொல்வார்கள்.

"சிமெண்ட் பிஸினஸ்னா சும்மாவா? கார்மேகம், தன் பையன் நவநீதன அந்தச் சேர்ல உட்கார வெச்சிட்டான். நவநீதனும் கற்பூரம்தான். பொறுப்பு தெரிஞ்சவன்."

அந்த நவநீதன் சாரை ரொம்ப நாட்கள் நான் பார்த்த தில்லை. போகும்போது வரும்போது எப்போதாவது கண்ணில் படுவார். சுருள் முடியில்லை. எப்போதும், பேண்ட் சட்டையில்

நீட்டாக இருப்பார். அவருக்கு அந்த ஏரியாவில் ஒரு மதிப்பு இருந்தது.

அவர் கடைக்கு வந்து கொஞ்ச நேரத்தில் பாட்டு ஆரம்பித்து விடும். அது டைப்பிங் இன்ஸ்டிடியூட் வரை கேட்கும். மர ஸ்டூலில் அமர்ந்து நான் அப்படிக் கேட்டது ஏராளம்.

ஒரு தியேட்டரில் ‘பாலைவனச்சோலை’ படம் போட்ட போது, அக்கா தன் தோழிகளோடு என்னையும் அழைத்துக் கொண்டு போனார். படத்தில் அந்தப் பாட்டு திரையில் விரிந்தபோது பிரமித்துப் பார்த்தேன்.

படத்தில் ஒரு காட்சி. நாயகி கோலம் போடும்போது, ஒரு ஹம்மிங் செய்வாள். நாயகன் இரசித்து நின்று பார்ப்பதைப் பார்த்து சட்டென்று நிறுத்திவிடுவாள்.

ஒருநாள் நண்பர்கள், நாயகனைப் பாடச் சொல்லி வற்புறுத்த, அங்கே நாயகி நிற்கும் ஜன்னலைப் பார்த்து, அதே ஹம்மிங்கைப் பாடுவார். ‘நல்லா இருக்குடா’ என்று நண்பர்கள் தொடர்ந்து பாடச் சொல்லிக் கேட்கும்போது, “இப்போதைக்கு இவ்ளோதான் தெரியும். கூடிய சீக்கிரம் எல்லாத்தையும் தெரிஞ்சுக்குவேன்” என்பார்.

என்னமோ... இந்தக் காட்சி மீது நர்மதா அக்காவுக்கு அவ்வளவு ஈர்ப்பு.

“ரேடியோலயும் போடறதில்ல, கேசட்லயும் இல்ல, அந்த ஆண்குரல் ஹம்மிங் கேட்கணும்” என்று சொல்லிக்கொண்டே இருப்பார். அதைக் கேட்பதற்காக எத்தனை முறை தியேட்டருக்குப் போக முடியும்? இந்தக் குறை அக்காவிற்கு இருந்தது.

அக்கா எப்போதும் படபடப்பாய் இருந்து பார்த்ததில்லை. ஆனால், தெருவுக்குத் திரும்பும் முனையில் எப்போதும் இளைஞர்கள் கூட்டம் நிற்கும். கடந்து போகும் பெண்களைப் பெரிதாய் கிண்டல் செய்யாதவர்கள். ஆனால், கண்ணில் படும்படி நிற்பார்கள். அந்த முனை வரும்போது அக்கா என் கையைப் பிடித்துக்கொள்வார். நானும் கொஞ்சம் புரிந்த மாதிரி, பெரிய மனுஷத் தோரணையில் கூடுதலாய் நிமிர்ந்து நடப்பேன். அந்த இடம் கடந்ததும் அக்கா தன் கையை விடுவித்துக்கொள்வார்.

அந்தத் தெருமுனை என்றில்லை. பொதுவாகவே, பேசிக் கொண்டுபோகும்போது கைப்பிடித்துக் கூட்டிச் செல்வார். அப்போது சில சமயங்களில், நர்மதா அக்கா என் கையை மிக இறுக்கமாக ஒரு விதப் பதற்றத்தோடு இறுக்கிவிடுவார். கை வலிக்கும்.

அக்கா, கல்லூரிப் படிப்பை முடித்து விட்டாலும், மேலும் மேலும் படித்ததும், கூடுதல் தகுதிகளை வளர்த்துக்கொண்டதும், சீக்கிரமே நல்ல வேலைக்குப் போனதும் அவருடைய மூன்று தங்கைகளின் எதிர்காலத்திற்காகத்தான்.

சில வருடங்களில், நான் ஊர் மாறி விட்டாலும், நர்மதா அக்கா பற்றி யாராவது வந்து சொல்ல மாட்டார்களா என்று அடித்துக்கொள்ளும். ஞாபக வாசத்திலிருந்து மட்டும் பவழ மல்லியும் நர்மதா அக்காவும் கடந்து போகாமல் இருந்தார்கள்.

இரண்டு பத்து வருடங்கள், உலகத்தில் எல்லோருக்கும் கடந்து போனது. நான் மும்பையிலிருந்த பதினெட்டு மாதங்களில் ஒரு மாதத்தில், ஒரு நாள், ஒரு சாயங்காலம், மின்சார இரயில் பயணத்தின்போது, வண்டி, தாதர் ஸ்டேஷனில் நின்றது. அந்த நடைமேடையில், என் கண்கள் பார்த்த இடத்தில், அடுத்து வரப் போகும் இரயிலுக்கு நிற்கும் பல பெண்களில் ஒருவராய், 'அக்கா', நர்மதா அக்காவேதான்!

இருக்கையிலிருந்து எழுந்து கூட்டத்தைக் கிழித்துக்கொண்டு இறங்கினேன். அக்காவின் அருகே சென்று நின்று, "ஹாய் க்கா..." என்று மென்மையாகச் சொன்னேன். புரியாமல் விழித்தார். எனக்கு அவ்வளவு தான் அறிவு. என்னை அவர் களுக்கு இப்போது எப்படி அடையாளம் தெரியும்? மறு அறிமுகம் செய்துகொண்டதும், குதித்தே விட்டார். "ஏய்... இங்க எப்படி? எவ்ளோ வருஷம்ல! ஆளே மாறிட்ட?"

மூன்று நான்கு மின்சார இரயில்கள் வந்து, எல்லோரையும் ஏற்றி இறக்கிச் சென்றுகொண்டிருந்தன. பல விஷயங்களை இழுத்து வைத்துப் பேசிக்கொண்டிருந்தோம்.

அக்கா எல்லோரைப் பற்றியும் சொன்னார். மற்ற மூன்று சகோதரிகளின் குடும்பம். அம்மா மறைவு. சொந்த வீட்டை விற்றது. ஊர் மாற்றம். இடையில் சில வருடம் சிங்கப்பூர் வேலை. எல்லாவற்றையும் சொன்னார்.

உருவம் மாறவில்லை. அதே அலை முடி. உள்ளும் வெளியும் ஒளிந்து விளையாடும் நரை. சுவாரசியம் தெறிக்கும் சிரிப்பு. அதே பேச்சு சுருதி. ஏதோ ஒன்றை மட்டும் சொல்லவில்லை.

"அக்கா, உங்க ஃபேமிலி மட்டும் இங்கேயே செட்டிலா?"

"அத விடு."

என்று சொல்லிவிட்டு ஒரு பதில் சொன்னார்.

"எனக்கு எப்பவுமே கல்யாணம், ரிலேஷன்ஷிப்லலாம் பெரிய நாட்டம் கிடையாது. அப்படியே விட்டாச்சு. இனிமே என்ன? எனக்குன்னு யாரும் தேவையில்லை."

முன்பு போல அக்கா சொன்னதையெல்லாம் உம் கொட்டிக் கேட்க முடியாமல் கொஞ்சம் கத்திவிட்டேன்.

"பொய்... சுத்தப் பொய்!"

அக்கா அதிர்ந்து பார்த்தார். அதுவரை இருந்த சிநேகிதப் பேச்சு கொஞ்சம் உஷ்ணம் பிடித்திருந்தது. புரியாத மொழியில் ஏதோ விவாதம்போல் தெரிந்தது, நடைமேடையில் தள்ளி நின்றவர்களுக்கு.

"சத்தியமாச் சொல்லுங்க. காதல்... கல்யாணம்னு அப்பல்லாம் உங்க மனசுல ஒண்ணும் இருந்ததில்லையா?"

"சத்தியமா இருந்ததில்ல!"

"பொய்..."

தரையில் சிதறிக் கிடந்த பவழமல்லிகளையெல்லாம் சிரித்துச் சிரித்துப் பேசிக்கொண்டே எடுத்து ஒரே கூடையில் போட்ட நானும் நர்மதா அக்காவும் பருவங்கள் தாண்டி, புது இடத்தில் வந்து நின்று சண்டை போட்டுக்கொண்டிருந்தோம்.

"அப்படி யாரையும் நெனைச்சதில்ல... லவ் பண்ணதில்ல."

"பொய்..."

"பொய்யா... உனக்கென்ன தெரியும்?"

அக்கா மீண்டும் மீண்டும் அந்தப் பொய்யைச் சொன்னதும், பொறுத்துக்கொள்ள முடியாமல் கேட்டேன்.

"அக்கா, தெருப் பசங்க பார்க்கும்போதெல்லாம் சாதாரணமா இருந்திட்டு, ஒருத்தரைப் பார்த்தா மட்டும் பரபரன்னு என் கையப் பிடிச்சு அழுத்துவீங்களே?

'நல்லவருல்ல... நல்லவருல்ல'ன்னு அவரைப் பத்தி உங்க ஃப்ரண்ட், கல்பனா அக்காகிட்ட ஆசையாக் கேட்டதில்ல? அவர் நினைப்போடதானே அந்த பாலைவனச்சோலை பாட்டை எப்பவும் கேப்பீங்க!"

நர்மதா அக்கா என்னை முறைக்கிற மாதிரி பார்த்தாலும், அதில் கலக்கம்தான் இருந்தது.

எதுவும் சொல்லாமல் மௌனித்திருந்த அக்காவிடம், கேட்டேவிட்டேன்.

"நவநீதன் சார்கிட்ட நீங்க சொல்லலையா?"

இருவரின் பேச்சும் நின்றுவிட்டது.

அக்கா முகத்தில், 'இனி பதில் சொல்ல மாட்டேன்' என்ற பிடிவாதம் பரவ ஆரம்பித்தது. நான் முன்பு ஆச்சரியமாகப் பார்த்த அந்தப் படபடப்பின் சாயல் தெரிந்தது. தன் தோளில் சரியாக இருந்த லெதர் பையை எடுத்து, வேகமாக அசைத்து, மீண்டும் தோளில் போட்டுக்கொண்டு மின்சார இரயில் வராத திசைப் பக்கம் வெறித்துப் பார்த்துக்கொண்டிருந்தார்.

சட்டென்று என் பக்கம் திரும்பி,

"ஆமாம். அவரை அவ்ளோ பிடிக்கும். லவ் பண்ணினேன். ஆனா, சொல்லலை. மீரா இல்லையா... மனசுக்குள்ளயே கிருஷ்ணரை வெச்சுக்கிட்டு. இருந்திட்டுப் போறேன்."

"மனசுக்குள்ள இருந்தவர்தான் நேர்லயும் இருந்தாரே... ஏன் மீரா மாதிரி இருக்கணும்?"

என் கேள்விக்கு நர்மதா அக்காவிடம் பதில் இல்லை.

அப்போது பெரும் சத்தத்துடன் மின்சார இரயில் ஒன்று வந்து புகுந்தது.

சுமுகமாக இல்லாமல், பிணக்காகவும் இல்லாமல், சரியாகச் சொல்லிக்கொள்ளாமல் விடைபெற்றோம்.

அக்கா, முதல் வகுப்புப் பெட்டியில் ஏற, நான் ஓடிச் சென்று ஆண்கள் பக்கம் நிற்க, ஏறிய கூட்டம் என்னையும் தூக்கி உள்ளே வைத்துக்கொண்டது.

மின்சார இரயில் புறப்பட்டது. இதோ, ஒரே இரயிலின் வெவ்வேறு பெட்டிகளில் பயணிக்கிறோம். அக்கா எங்கே இறங்கப் போகிறார் என்று தெரியவில்லை. நான் எங்கே இறங்குவேன் என்று சொல்லவில்லை.

அக்காவிடம் வயதுக்கு மீறிய கேள்வியைக் கேட்டுவிட்டேனோ?

இல்லையே, இப்போது நான் ஒன்றும் ஐந்தாம் வகுப்புப் பையன் இல்லையே. எல்லாக் கேள்விக்கும் பதில் சொல்லும் நர்மதா அக்காவிடம்தானே கேட்டேன்.

ஆனாலும், அவர் தொலைத்த பொருளை மறுபடியும் அவருக்கு ஞாபகப்படுத்திவிட்ட குற்ற உணர்ச்சி எனக்கு.

இப்போது என்னிடம் சொன்னதுபோல் அக்கா அவரிடம் சொல்லியிருக்கலாமே...

"ஆமாம். உங்களக் காதலிக்கறேன் நவநீதன்!"

இதைச் சொல்ல என்ன தயக்கம் இந்தப் பிரபஞ்சத்தில்?

தரையில் விழாத ஆகாயப் பவழமல்லியை எப்படி எடுப்பது? எப்படித் தொடுப்பது?

...

இது காலமே விரும்பாத காலதாமதம்!

https://tinyurl.com/kalamebodhi10

11

அம்மாவுக்கு வயது பதினெட்டு

பக்கத்திலிருந்த இரு இருக்கைகளிலும் யாரும் வராததால், ஜன்னலுக்குத் தாவிக்கொண்டேன்.

ஜன்னலுக்கு வெளியே, எந்தக் காட்சியையும் காட்டாத இருட்டு. காற்றுகூட தட்டித்தான் போகும். நுழைய முடியாது.

பொதுவாக இங்கே, யாரும் யாரோடும் அவ்வளவாக உரத்த குரலில் பேசிக்கொள்வதில்லை. அதுவும் இந்த நேரம். ஏதோ யோசனையில் வெறித்தபடி நேரம் கடத்துவார்கள். காதுக்குள் பாட்டுவைத்துக் கேட்பார்கள். வாயில் கொறித்த படி இருப்பார்கள். தலை சாய்த்து ஒருக்களித்துக் கொள் வார்கள். சன்னமாய் காதோடு காதாய், துண்டு துண்டாய்ப் பேசிக்கொள்வார்கள். கண்மூடிக் கிடப்பார்கள். எழுதிக் கொண்டிருந்த எனக்கும் கண் சொக்கியது.

●

எனக்கு இணையான வரிசையின் இரு இருக்கைகளில், இரு பெண்மணிகள். ஜன்னலோரத்தில், எழுபதின் வாசலில் இருந்த ஒரு முதிய பெண்மணி, உறக்கத்தில் இருந்தார். அருகிலிருந்த பெண்மணியின் கையில் ஒரு புத்தகம் (புத்தகம் மாதிரி) இருந்தது. அதன் பெயரை வாசிக்க எத்தனித்தேன்.

என் சுவாரசிய எட்டிப் பார்த்தலைப் பார்த்த அவர் சிரித்துக்கொண்டே அதை என் பக்கம் உயர்த்தி நீட்டினார்.

வாசிக்கிற ஆர்வம் இருக்கிற இருவர் தள்ளி இருக்க முடியாதே! அறிமுகச் சிரிப்பு முடிந்து, அடுத்த ஐந்தாவது நிமிடம் அருகில் வந்தமர்ந்தார்.

“ஏதோ எழுதிக்கிட்டிருந்தீங்க சார்... தொந்தரவு பண்றேனா?”

“இல்லையே” என்று வரவேற்றேன். ஐம்பத்தைந்து வயது என்று சொன்னபிறகும் முப்பதாகத்தான் இருந்தார்.

கையில் இருந்த புத்தகம், பதிப்பிக்கப்பட்டதல்ல. எழுத்துக் காகிதங்களின் தொகுப்பு. ஆறு துளை வைத்து, நீண்ட சணல் ஒன்று ஊடாகச் சென்று இறுக்கக் கட்டி, பக்கவாட்டுப் பிடிமானத்திற்கு மூங்கில் பட்டை ஒன்றை வைத்து, முன்பக்க அட்டையில், பச்சை மரம், மூங்கில் இலை, இலைகளில் கிளிகள் போல்... இரசனையான நோட்டு.

●

ஜன்னலோரம் அயர்ந்திருந்த அந்த முதிய பெண்மணியைக் காட்டினார்.

“அம்மாவோட எழுத்துதான். எப்பவோ எழுதினது. இதோட ஆயிரத்துப் பத்தாயிரம் தடவை வாசிச்சிட்டேன். எப்போ எங்கே போனாலும், ஐ யூஸ்ட் டு கேரி திஸ் அசெட் வித் மி!”

சரியான ‘அம்மாப் பொண்ணு’ என்று புரிந்தது.

“நான் அதைப் படிக்கலாமா? படிக்கக் கொடுங்கன்னு கேட்கமாட்டேன் மேடம்.”

கேட்டு மறுப்பதற்கு முன், நானாகவே கேட்க மறுத்து விட்டதால், சிரித்துவிட்டார். தனது மடியில் அந்த மூங்கில் பச்சை நோட்டைக் கிடத்திவிட்டு, “அம்மாவுக்கு...” என்று ஆரம்பித்தார்.

“அம்மாவுக்கு வண்ணங்கள் பிடிக்கும்... அதுலயும் பச்சை, கிளிப் பச்சை வண்ணத்து மேல அப்படியொரு மோகம். தேடி வர்றதெல்லாம் பச்சைலயே வரும். வாங்கறது, உடுத்தற தெல்லாம் பச்சைலதான்... சின்ன வயசுலருந்து.”

ஆர்வத்தில், முன் வந்து அந்த முதிய பெண்மணியைப் பார்த் தேன். ஆடை நிறம் பார்க்க முடியவில்லை. முழுக்கப் போர்த்திக் கொண்டு, பச்சைக் குழந்தைபோல் தூங்கிக்கொண்டிருந்தார்.

அம்மாவோட பேர் என்ன?

என்று கேட்டேன்.

“அம்மா!”

“அம்மாவா?” திரும்பவும் கேட்டேன்.

“ம்...”

“என்ன சொல்றீங்க?”

“எஸ்... நான் வெச்ச பேர்.”

“அப்போ அம்மாவோட பேர்?”

“அம்மாவே வெச்சுக்கிட்ட பேர், தையல் நாயகி.”

“....”

“அம்மாவுக்குக் கல்யாணம் ஆனது மேடைல...”

“ம்...”

“கல்யாண மேடைல இல்ல, பரத நாட்டிய மேடைல!”

“ஓ?”

“தானா குருவைத் தேடிப் போய், மூச்சு மாதிரி பரதம் கத்துக்கிட்டு, படிச்சு, மேடை ஏறக் கூட வசதி இல்லாம, ரொம்ப லேட்டாதான் அரங்கேற்றம் பண்ணினாங்க.

நிறைய லெஜண்ட்ஸ்லாம் தேடி வந்து, ‘எங்கிட்ட ஸ்டூடண்டா வந்துக்கோ’ன்னு கேட்கற இடத்துக்குப் போனவங்க. பதினஞ்சு வயசுலயே அம்மா ஒரு ஸ்டார் டான்சர்.

அம்மா ஆடும்போது, அம்மா ஆடற மாதிரி இருக்காது. யாரோ ஒரு ‘இறைவி’ வந்து ஆடிட்டுப் போற மாதிரி ஒரு சக்திப் பிரவேசம்.

அப்படி ஒரு தடவை, அம்மாவை கௌரவிக்க மேடை ஏறின ஸ்பெஷல் கெஸ்ட்தான், மிஸ்டர். சபேசன்.

மைக்ல பாராட்டிக்கிட்டே இருந்தவரு, பக்கத்துல நின்ன அம்மா கால்ல தடால்னு விழுந்துட்டாரு. அரங்கத்துல எல்லாருக்கும் ஷாக்.

என்ன நினைச்சாரோ, அதே மேடைல அம்மாகிட்ட சம்மதம் வாங்கி, அம்மாவுக்கும் அவரைப் பிடிச்சுப்போய், நடராஜர் சிலைல இருந்த மாலையை எடுத்து, கல்யாண மாலையா ஒருத்தருக்கொருத்தர் மாத்திக்கிட்டு, மேடைல இருந்து தம்பதிகளா இறங்கினாங்க. அவரோட வயசு இருபத்தஞ்சு. ஏழு வயசு வித்தியாசம். ஆனா, கண்ணு முன்னாடி அம்சமா

ஒரு கல்யாணம் பார்த்த சந்தோஷம் எல்லாருக்கும். கூட்டமே மேடைக்குக் கீழ நின்னு, கைத்தட்டி அமர்க்களம்.

"ப்பா... அன்யூஷ்வல் ஹேப்பனிங்! உங்க அப்பா அவ்ளோ எமோஷனல் பெர்சனா?"

"ம்.. சபேசன் சார் ரொம்ப அன்பானவர்."

"அம்மா ஒரு... ஒரு மாத மனைவி!"

"...என்னங்க இது?"

இருக்கையின் எதிரில் நான் குடித்துவிட்டுச் சொருகியிருந்த பேப்பர் கப்பில் இருந்த மிச்சத் தண்ணீரைக் குடித்தேன். அவர் சொன்ன வாக்கியத்தை விழுங்க முயற்சித்தேன்.

"கஷ்டமா இருக்குங்க. விட்டுட்டுப் போயிட்டாரா? அவ்ளோ சீக்கிரம்? டூ மச். அன்பானவர்னு சொன்னீங்களே?"

ஆற்றாமையில் கேள்விகளை அடுக்கினேன்.

"ம்... சபேசன் சார் ஓடிப் போகல, விட்டுட்டுப் போகல. சொல்லிட்டுத்தான் போனாரு.

எல்லாரும் வியந்துபோற மாதிரி அப்படியொரு புருஷன் பொண்டாட்டி. சபேசன் சார் கொஞ்சம் சோகமா இருந்தாக்கூட அம்மாவுக்குப் பொறுக்காது. அவரும் அப்படித்தான்.

அம்மா ஆடறதுக்கு என்னவெல்லாம் உதவி செய்யணுமோ அத்தனையும் செய்வாரு. தனித்தனியா கடைக்குக்கூடப் போகாதவங்க.

காலைல ஆறு மணிக்கெல்லாம், அந்த வீட்டு பால்கனில, காஃபிய வெச்சுக்கிட்டு, இவங்க உட்கார்ந்து பேசிக்கிட்டிருக்கறதைப் பார்க்க முடியும்.

அம்மா செய்யற சாப்பாட்டை அவ்வளவு மெச்சி, சமையல் திண்டுல சாக்பீஸ்ல கவிதையா எழுதி வெச்சிடுவாரு.

அலுவல் நிமித்தமா ரெண்டு நாள் பிரயாணம்னாலும், தெரு முனைல இருந்து கார்ல திரும்பி வந்து, அம்மாவைக் கட்டிப் பிடிச்சு, "கூடவே இருந்திடறேன், நாயகி"ன்னு சொல்லிருக்கார்.

எந்த யோசனைன்னாலும், நடு ராத்திரிலகூட எழுப்பி அம்மாகிட்ட கேட்பார். அம்மாகிட்ட சாந்தமா ஒரு பதில்

என் குமார் / 99

இருக்கும். அதனால, வயசு தாண்டி அம்மாவைக் கொண்டாடி னாரு.

ஒரு நாள், அவங்க ரெண்டு பேரும் மொட்டை மாடில, ஊஞ்சல்ல ஜோடியா உட்கார்ந்து சிரிப்பும் சிலாகிப்புமா எப்பவும்போல பேசிக்கிட்டிருந்தப்போ, அவர் ஏதோ கேட்ட துக்கு, அம்மா ஒரு பதில் சொல்ல, கிட்டத்தட்ட பத்து நிமிஷம் ரெண்டு பேரும் அமைதில மூழ்கிப்போயிருக்காங்க.

திடீர்னு கண்ணுல கரகரன்னு கண்ணீர் வழிய, சபேசன் சார் அம்மாவோட கையை இறுக்கப் பிடிச்சுக்கிட்டு,

"போதும். மனசு நிறைஞ்சிடுச்சு. எல்லாம் புரிஞ்சிடுச்சு. அவ்ளோ சந்தோஷமாயிருக்கேன். நான் போறேன். என்னை சந்தோஷமா வழியனுப்பு, நாயகி"ன்னு அழுதிருக்கார்.

ஆயிரக்கணக்குல லாபம் வந்த பிஸினஸ், சொந்த வீடு, கார், கட்டிக்கிட்டிருந்த புது ஃபாக்டரி, எதெல்லாம் அவர் கிட்ட இருந்ததோ, அந்தக் கணமே விட்டுட்டுத் துறவறம் போயிட்டாரு.

காம்பும் பூவுமா வாழ்ந்த தம்பதி, பரஸ்பரம் அன்பா பேசிக்கிட்டுப் பிரிஞ்சாங்க. அம்மா அவரை நிறுத்தலை. எந்த ஊர்ல சபேசன் சார் இருக்காரோ? அவர் வயசுக்கு இப்போ இருப்பாரான்னு கூடத் தெரியல.

ஒரே மாச அத்யந்தப் பாச உறவு. ஒரே கணப் பிரிவு முடிவு. அம்மாவுக்கு அது அதிர்ச்சியா, இல்லையான்னு யாராலயும் தெரிஞ்சுக்க முடியல.

அவர் மேல அம்மாவுக்கு இப்பவும் அவ்ளோ மரியாதை இருக்கு. "என் கூட வாழ்ந்த உயிர், என்னை விட்டு, எல்லாத்தையும் விட்டு, இன்னும் சந்தோஷமா இருக்க ஆசைப்படுது. அதுக்கு நான் வழிவிடணும். அதான் தர்மம்." அம்மாகிட்ட எல்லாத்துக்கும் இப்படி ஒரு பதில் இருக்கும். பதிலில்லை, ஞானம்!

சபேசன் சார் கிளம்பிப்போன அஞ்சாவது நாள், அம்மா அடுத்த மேடை ஏறியாச்சு. மளமளன்னு உயரம். அம்மா எழுதின க்ளாசிகல் டான்ஸ் தியரில்லாம் நிறைய நாடுகள்ல ரொம்பப் பிரபலம். 'கல்யாணப் பேச்சே எடுக்காதீங்க'ன்னு கண்ணாலயே எல்லார்ட்டயும் சொல்லிட்டாங்க.

அப்போதான், அவங்க கண்ணுல நான் பட்டிருக்கேன். பெத்தவங்க யார்னே தெரியாம, பொறந்த கணமே தனியாக் கிடந்த என்னைக் கைல தூக்கி, பொண்ணா வளர்க்க ஆரம்பிச்சிட்டாங்க. அப்போ, அம்மாவுக்கு வயது பதினெட்டு.

பரதத்துல உச்சாணிப் புகழ், திடீர் கல்யாணம், அதீதக் காதல் புருஷன், கணவனோட துறவுப் பிரிவு, மறுபடியும் மேடை, தத்தெடுத்த குழந்தைன்னு பதினெட்டாவது வயசுலயே வாழ்க்கை கொடுத்த எல்லாத்தையும் வாங்கிக்கிட்டு, நதி மாதிரி ஒரு நில்லாத ஓட்டம். நிதான ஓட்டம்.

தையல் நாயகி என்னோட மதர் அண்ட் மென்டர். குருவும் கூட. படிப்பு, பாட்டு, பரதம், சமையல், தஞ்சாவூர் பெயிண்டிங், ஆட்டிசம் சில்ரன் கேர்னு, தனக்குப் பிடிச்சது, எனக்குப் பிடிச்சது எல்லாத்தையும் காட்டின தோழி.

சேர்ந்து ஆடியிருக்கோம். முழு அலங்காரமும் எனக்குப் பண்ணிட்டு, பத்தே நிமிஷத்துல தயாராகி தேவதை மாதிரி வந்து நிப்பாங்க. அம்மாவோட ஜடைல ரெண்டு பேரைக் கட்டி இழுத்துக் கூட்டிட்டுப் போகலாம். சேர்ந்து சண்டை போட்டிருக்கோம். பிரிஞ்சு அழுதிருக்கோம். கதை கதையா இருக்கு. “போதும்... போதும்... அம்மாவைப் பத்தி நீங்க எழுதற அளவு கொட்டிட்டேனோ... உங்களைத் தூங்க விடாமப் பண்ணிட்டேன்ல?”

மூங்கில் நோட்டை கைகளில் எடுத்துக்கொண்டு எழுந்தார்.

“அச்சோ, அப்படில்லாம் இல்ல மேடம். விட்டா வீட்டுக்கே வந்திருவேன்.”

சிரித்துக்கொண்டே அவர் இருக்கைக்கு வழியனுப்பினேன்.

எழுந்தவர், இன்னொன்றையும் சொன்னார்.

“என்னை மாதிரியே அம்மாவும் ‘அடாப்டட் சைல்ட்’ தான்.”

என் முக உணர்ச்சிகள் அவருக்குத் தேவைப்படவில்லை. அவர் என்னைப் பார்க்கவேயில்லை.

“அம்மா, இறங்கப் போறோம். வந்தாச்சு” என்று அம்மாவின் தலையை வருடி எழுப்பினார், மகள்.

என் குமார் /101

போர்த்தியிருந்த சால்வையை விலக்கி எடுத்தார். பச்சை நிறச் சேலை. விழித்து மலர்ந்த கண்கள். சுமைகள் ஏறியும் எடை கூடாத தேகம். ஆண்டாள் மாலையைச் சரியாமல் தாங்கும்படியான சாண் அளவு தோள்கள்.

நகர்ந்து நகர்ந்து முட்டி அசைத்து, செருப்புகளைத் தேடும் அந்தக் கால்களைப் பார்க்கிறேன். பச்சை நரம்புகள் புரள் கின்றன. ஆறு வயதிலிருந்து சலங்கைக்குப் பிடித்த கணுக் கால்கள்.

“தூண்டிற் புழுவினைப் போல் வெளியே சுடர் விளக்கினைப் போல், நீண்ட பொழுதாக எனது நெஞ்சந் துடித்ததடீ.”

பாரதி பாட்டுக்கு ஆடி, சபேசனை வயம் செய்த பாதங்கள்.

தையல் நாயகி தளர்ந்து போகாமல் வாழ்ந்து காட்டிய நாயகியாகத்தான் என் கண்களுக்குள் நின்றார்.

●

ஜன்னலோடு ஒட்டிக்கொண்டு எவ்வளவு நேரம் தூங்கினேன் என்று தெரியவில்லை. கண் விழித்துப் பார்க்கிறேன். என்னருகிலும், எதிர் வரிசையிலும் காலி இருக்கைகள்.

வெளியே பார்க்கிறேன். இருட்டு பூமியில் மினுக் மினுக் கென்று நட்சத்திரங்கள்போல் விளக்குகள், வெளிச்சக் கோடுகள் கொட்டிக் கிடக்கின்றன.

வானத்தின் கையை விட்டு விமானம் இறங்க இறங்க, இன்னும் பிரகாசமாய், தரை தெரிய ஆரம்பித்தது.

இதுவரை, அமைதியாகப் பதுங்கியிருந்த அடிச்சக்கரங்கள் வீறிட்டு எழுந்து, பூமி தேய்த்து, பரபரவென்று ஒரு பெரு ஓட்டம் ஓடி ஓய்ந்தபோது, என்னுள் அந்த எண்ணம் எழுந்து நின்றது.

...

நாமும் கூட காலத்தின் தத்துப் பிள்ளைகள்தாமே!

12

நெஞ்சே... நெஞ்சே...

நம் நெஞ்சை ஆக்கிரமித்துக்கொள்கிற சிலரை மறக்க முடியாது.

திரைத்துறைக்கு வருவதற்கு முன், தனியார் அலுவலகம் ஒன்றில், ஆறு மாத அநுபவமாக வேலை பார்த்தபோது அறிமுகம், அறுபது வயது கிருஷ்ணன் சார்.

ஜெராக்ஸ் மிஷின் இன்சார்ஜ் மற்றும் ஆவணங்களைக் கொண்டு கொடுத்தல், வாங்கி வருதல், அனுப்புதல் போன்ற அடிப்படைப் பணிகளுக்கானவர். நான் வேலைக்குச் சேர்ந்த நாளன்று அவர் அங்கு இல்லை. ஒரு வார விடுப்புக்குப் பிறகு வந்தார்.

உள்ளே அவர் நுழையும்போது, எதிர்பட்ட என்னை, கைப்பிடித்து ஒரு சேரில் அமர வைத்து, தண்ணீர் கொடுத்தார். அங்கிருந்த சக அலுவலரிடம் கேட்டார், "கண் பார்வை இல்லாதவங்களை அப்பாயிண்ட் பண்ணிருக்காங்களா? என்ன திடீர்னு?"

கேட்ட நான் கண் திறந்து, அவரிடம் ஓடிச் சென்று அறிமுக மாகி, விளக்கியபோது, அதிர்ச்சியாகிப் பிறகு சமாதானமானார்.

அன்று காலை எனது பேருந்துப் பயணத்தில், ஒரு பார்வையற்ற இளைஞனைப் பார்த்து, இப்படியொரு தடுமாற்றமில்லாத பயணத்தை எப்படிச் சாத்தியம் செய்துகொள்கிறார்கள்? என்று வியந்து, அன்று முழுக்க அலுவலகத்தில், கணினி நேரம் போக, பிற நேரங்களில் பார்வையற்றவனாக இருந்து பார்ப்போம் என்று சுய சோதனை செய்துகொண்டிருந்தபோது, கிருஷ்ணன் சார் நுழைந்திருந்தார். நானும் பார்வையற்றவன் என்று பரிதாபப்பட்டிருக்கிறார். மன்னிப்புக் கேட்டேன்.

மதியம், உணவு இடைவேளையில் கேட்டார்.

"நீங்க கண் தெரியாதவர் மாதிரி செஞ்சா பார்த்தீங்க? அதுக்காக எதிர்ல மேஜை இருக்கறதுகூட மறந்து அப்படியே போவீங்களா?"

விசித்திரமான பார்வை பார்த்தார். பிறகு இரசிக்க ஆரம் பித்தார். கிருஷ்ணன் சார் ஒற்றை நாடி தேகன். முழுக்கைச் சட்டை. சீரான பேண்ட். 'இன்' பண்ணாமல் பார்த்ததில்லை. எதிலும் ஒழுங்கு.

மடிப்பு மடிப்பாய், நரை கலந்த கரு முடி. கண்ணாடி போட்டவர். மூன்றாம் பிறையாக 'ரீடிங் பவர்' இருக்கும். ஆனால், எப்போதும் கண்ணாடியைச் சற்று இறக்கி, மூக்கில் உட்கார்த்திவிட்டு, இமைகளை உயர்த்திப் பார்ப்பார்.

"கிருஷ்ணன் சார், இப்படியெல்லாம் பார்த்து, கண்ணாடி யோட பவரை மிச்சம் பண்ண முடியாது. முழுசாப் போட்டுக் கோங்க" என்று சொன்னபோது, சிரித்துவிட்டார்.

"நீங்க எதையும் சாதாரணமாவே சொல்ல மாட்டேங்கறீங்க" என்று உற்சாகப்படுத்துவார்.

"ரொம்ப சாதாரணமாகச் சொன்னேன்" என்று சொன் னாலும் விடாமல் பாராட்டுவார். நான் முணுமுணுப்பாய்ப் பாடும்போதெல்லாம் ஆச்சரியப்படுவார்.

அந்த அலுவலகம் என் இயல்புகளுக்கு மாறானது. எப்போதாவது வந்து போகிற முதலாளிகள். பண்பானவர்கள்.

ஆனாலும், இன்று காலை வருமான வரிச்சோதனை வரப்போகிறது என்பதைப்போலவே ஒரு பதற்றம், பரபரப்பு எப்போதும் சூழ்ந்திருக்கும்.

வேலை பார்ப்பவர்கள் செருப்போடு சிரிப்பையும் கழற்றி விட்டுத்தான் உள்ளே நுழைவார்கள். ஆண், பெண், சீனியர், ஜூனியர் என்ற பாகுபாடெல்லாம் கிடையாது. எல்லோருமே மௌனிகள்.

யாரும் யாரோடும் பேசிக்கொள்ளக்கூடாது என்கிற கட்டளை இல்லாவிட்டாலும், தாமாகவே ஒரு கட்டுப்பாடு கடைபிடித்தார்கள். இறுக்கமான அந்த அலுவலகத்தில் நாங்களிருவர் மட்டும் நெருக்கமாகிக் கொண்டோம்.

கிருஷ்ணன் சார் சுறுசுறுப்பானவர். ஆவடியிலிருந்து பழைய சைக்கிள் மிதித்து தி.நகர் அலுவலகம் வருகிற நெடுந்தூரப் பயணி. வியர்வையில் குளித்த ஈரத்தோடு வேலை பார்க்க முடியாது என்பதால், கையோடு, பையோடு இன்னொரு முழுக்கைச் சட்டை கொண்டு வந்திருப்பார். பத்து நிமிடம் எடுத்துக்கொள்வார். கீழே குளியல் அறையில் தயாராவார். பிறகு, பக்கத்து வீட்டிலிருந்து வருவதுபோல், புதுசாய், உற்சாகமாய் நுழைவார்.

அவருக்கு எல்லோரையும் விட நன்றாக இங்கிலீஷ் வரும். ஆனாலும், 'குட் மார்னிங்', 'தேங்க்யூ', 'ஓ.கே.', 'சாரி', தவிர எதையும் பிரயோகப்படுத்தாமலிருந்தார்.

திறந்த அமைப்பில் எட்டு கேபின்கள் இருந்தன. அங்கே, அவருக்கென்று ஒரு மூலை. வெளிச்சக் குறைவான இடம். பெரிய ஜெராக்ஸ் மிஷின்.

எப்போதாவதுதான் நான் ஜெராக்ஸ் எடுக்கப் போவேன்.

ஒரே ஒரு காப்பி எடுக்கப் போனாலும் பிடித்து வைத்துக் கொள்வார். அத்தனூண்டு நேரத்தில் பல முறை சிரித்து விடுவோம். வயது வித்தியாசத்தை அந்த ஜெராக்ஸ் மிஷின் கீழே போட்டு மறைத்துவிடுவார்.

அந்தப் பிரதேசத்துக்குப் போகும்போதெல்லாம், அவர் என்னை பாடச் சொல்லிக்கேட்கும் பாடல் ஒன்று உண்டு.

அது, அவர் இளமையில் கேட்ட பாடலல்ல. சில வருடங்களுக்கு முன்பு, நோயால் மறைந்த அவரது மனைவியின் நினைவாக, இப்போது கேட்கும் பாடல். ஏ.ஆர். ரஹ்மானின் அந்த உயிர் உருக்கப் பாடல் அவருக்குப் பெரும் ஆசுவாசமாக இருந்தது.

"நானும் அவளும் காதலிச்சுக் கல்யாணம் பண்ணிக்கிட்டோம், சார். நான் முன்கோபி. அவ அப்பாவுக்கு என்கிட்ட அவளைக் கொடுக்கவே இஷ்டமில்ல. சம்பந்தம் பேசப் போன இடத்துல, சண்டை போட்டு வந்துட்டேன். அப்போ, அவகிட்ட நான் குமுறனதும், அதுக்கு அவ சொன்ன ஆறுதல் வார்த்தையும் இந்தப் பாட்டுல அப்படியே இருக்கு. நம்ம வைரமுத்துதானே!"

அவரைக் கரைக்க அந்தப் பாடல் முன் வந்தது. அலுவலகத்தில் இருக்கும்போது, அவர் மனைவி நினைவு வரும்

போது, அவருக்கு அந்தப் பாடலின் நினைவு வரும். என் நினைவும் வரும். ஸ்டூலில் இருந்து எழுந்து, மூக்குக் கண்ணாடியை இறக்கிவிட்டு, என்னைச் சைகையால் அழைப்பார். ஒப்புக்கு எதையாவது ஜெராக்ஸ் எடுக்கிற மாதிரி போவேன்.

அந்த மிஷினுக்குக் கீழே குனிவேன். அவர் ஸ்டூலில் இருப்பார். சன்னமாய்ப் பாடுவேன், அந்த, 'நெஞ்சே.. நெஞ்சே...' பாடலை.

எனக்குத் தெரிந்து அந்த ஆறு மாதப் பணிக்காலத்தில் முப்பது முறை அப்படிப் பாடச் சொல்லியிருப்பார்.

அலுவலகத்தில் மிகப் பிரபலம் அவரது மறதி! 'எப்படி மறந்தேன்?' என்று அடிக்கடி யோசித்து யோசித்து வருந்துவார்.

"பரவாயில்லை விடுங்க" என்றாலும், விட மாட்டார். "வயதில் வரும் விஷயம் தானே, மறதி" என்றாலும், "அவ போனப்புறம்தான் சார், வந்தது" என்பார். பாவமாக இருக்கும்.

இருக்கும்போதே துணையை மறக்க முடிகிற உலகத்தில், மறைந்தவரை மறக்காமல் இருந்தார். தனது மறதிக்குக் காரணம் கூட, மனைவியின் மறைவு கொடுத்த வலிதான் என்று சொல்லிக் கொண்டேயிருப்பார்.

ஒருமுறை வெளியே சென்றிருந்த நான், அலுவலகத்தில் நுழைந்தபோது, மேலதிகாரி, அவரை நிற்க வைத்து உஷ்ணமாகச் சாடிக்கொண்டிருந்தார்.

"மிஸ்டர் கிருஷ்ணன், யூ ஆர் ஃபிட் ஃபார் நத்திங்!" அந்தக் கோப வாக்கியம் என் காதுவரை எட்டியது. கிருஷ்ணன் சார் தலைகுனிந்து தன் மூலைக்கு இடம்பெயர்ந்தார்.

அலுவலகம் அமைதிக்குத் திரும்பிய பிறகு, பக்கத்தில் இருந்தவர்களிடம், அப்படி என்ன நடந்ததென்று விசாரித்தேன்.

கிருஷ்ணன் சார் மறந்தது சாதாரண விஷயமில்லை. மிக மிகச் சாதாரண விஷயம். அதற்கு அப்படியொரு கோபம் மேலதிகாரியின் வாயிலிருந்து. எந்த உணர்ச்சியுமற்றிருந்த கிருஷ்ணன் சாரிடம் சென்று நின்றேன்.

"ஏன் சார், சிலை மாதிரி நின்னீங்களா? உங்க தரப்பு விஷயம் சொல்ல வேண்டாமா?"

“ரொம்பப் பேசிட்டாரு. நானும் அறுபது வயசு வரை வேலைக்காரனாவே வாழல. அம்பத்தூர்ல லேத் பட்டறை வெச்சு ஆறு பேருக்கு வேலை கொடுத்தவன். தோ... பாருங்க, கையை.”

சட்டையின் கைப் பகுதி பட்டன்களை விடுவித்து, மேலே இழுத்துக் காட்டினார். புள்ளி புள்ளியாய்த் தழும்புகள். (இதை மறைக்கத்தான் முழுக்கைச் சட்டையா?)

“இதெல்லாம் அவர்கிட்ட சொன்னீங்களா?” என்று மறுபடியும் கேட்டேன்.

“சொல்லல. சொல்லணும்னு நெனச்சேன்...”

இதையும் மறந்துவிட்டாரா? அவரை நானும் கோபித்துக் கொண்டேன்.

“குமார் சார்... கொஞ்சம் பாடறீங்களா?” அவரது வார்த்தைகள் சோர்வாக வெளிப்பட்டன.

ஜெராக்ஸ் மிஷின் சுவரோரம் குனிந்து, கண்களை மூடி, ‘நெஞ்சே... நெஞ்சே...’ பாடினேன்.

ஒரு பல்லவி மற்றும் நாயகன், நாயகி மனதைச் சொல்லும் இரண்டு சரணங்கள். முழுதாய் மூன்று நிமிடங்கள் முடிந்தன.

கண்களைத் திறந்து பார்த்தேன். ஸ்டூலில் உட்கார்ந்திருந்த கிருஷ்ணன் சார் கண்ணாடியைக் கழட்டி வைத்திருந்தார். கண்ணாடி இல்லாமல் வேறொரு சாயல். கண்களைத் துடைத்துக்கொண்டிருந்தவரிடம்,

“சார், என்ன அழறீங்களா? ச்சே... இதுக்கெல்லாமா?” தோள் தடவினேன்.

“இல்ல, இல்ல. அவர் திட்டினதுக்கில்ல. இந்தப் பாட்டுக்கு.”

முழுக்க முழுக்க இதயத்தால் வாழ்ந்தவர், கிருஷ்ணன் சார்.

மனைவி போன பிறகும், தொழில் முடங்கிப்போன நிலையிலும், இரு மகன்களையும் வளர்த்து, படிக்க வைத்து, வேலைக்கு அனுப்பி, அவ்வளவு தொலைவிலிருந்து சைக்கிளில் வேலைக்கு வந்து, (”சும்மா இருந்தா சோகம் வேலை செய்ய ஆரம்பிச்சிரும், சார்.”) குறைந்த சம்பளம் என்றாலும் ஒத்துக் கொண்டு ஓடினார்.

சமயம் கிடைக்கும்போதெல்லாம் எனக்கு போதிப்பார். "என்னென்னமோ செய்யறீங்க... இங்கே ஏன் வேலை பார்க்க வந்தீங்க? நீங்க சினிமால போலாமே, சார். அதான் உங்க இடம்."

அந்த நிரந்தர இடத்திற்குப் போவதற்கு முன்னால், இங்கே தற்காலிகமாகத்தான் வந்தேன் என்று அவரிடம் சொல்ல வில்லை.

ஆறு மாதங்கள் முற்றுப் பெற்றன. நான் கிளம்பவேண்டிய நாள் வந்தது.

இனி, நான் வேறு பாதை செல்லப்போகிறேன். என் பாதைக்கு வரப்போகிறேன்.

காரணம் புரியாமல், அலுவலகமே ஆதங்கத்தோடு என்னைத் தடுத்து நிறுத்தியது. இனிப்பு கொடுத்துவிட்டு நகர்ந்தேன்.

முதன் முறையாக, முதலாளி என் இன்டர்காம் லைனில் வந்தார். ஆறு மாத வொர்கிங் ரெகார்டை மெச்சினார். இன்கிரிமென்ட் பேசினார்.

"எந்த கம்பெனிக்கு, எந்த சம்பளத்திற்குப் போறீங்களோ, அதை இங்கேயே வாங்கிக்கோங்க, மிஸ்டர்.குமார்" என்று மதித்து உரைத்தார். மறுத்தேன். "பெர்சனல் ரீசன் சார்!" என் றேன்.

வாழ்த்துச் சொல்லி விடைகொடுத்தார்.

அவர் வைத்த பிறகு, மேலதிகாரி காஃபி வரவழைத்தார். ஒருமணிநேரம் உட்கார வைத்துப் பேசினார். நான் மென்மை யாக, என் மாற்றமில்லாத முடிவைச் சொல்லிக்கொண்டிருந் தேன். ஒரு கட்டத்தில் அவர் மனம் மாறி, டேபிள் டிராயரிலிருந்து ஒரு ஆங்கிலப் புத்தகத்தை எடுத்து நீட்டி, எழுந்து நின்று வாழ்த்தினார்.

ஆறு மாதம் நான் சந்திக்காத மெல்லிய அன்பு, அந்த எட்டு கேபின்களிலிருந்தும் மொத்தமாய் வந்தது. சிலரது குரலே இப்போதுதான் அறிமுகமானது. கைகள் தாமாகவே தேடி வந்து குலுக்கின.

இதையெல்லாம், அந்தக் கண்ணாடிக் கண்கள் ஜெராக்ஸ் மிஷின் மூலையிலிருந்து பார்த்துக்கொண்டிருந்தன.

இப்போது எதையும் ஜெராக்ஸ் எடுக்க வேலையில்லை. அங்கே சென்றேன். கிருஷ்ணன் சார் என்னை விட சந்தோஷத்தில் இருந்தார். அவர் எனக்காக எழுதி வைத்திருந்த குட்டித் தாளை என் கையில் திணித்தார்.

“இதை அப்புறம் பாருங்க!” என்று சொல்லிக் கண்களாலேயே வழியனுப்பினார்.

கட்டிப்பிடிக்க வேண்டும் போலிருந்தது. அனுமதி கேட்காமல் அதைச் செய்தேன். இன்னும் இறுக்கிக்கொண்டார்.

“பாடணுமா சார்?” என்று கேட்டேன்.

“அச்சோ... இப்போ வேண்டாம். என்னால தாங்க முடியாது” என்றார்.

இரு மாடி இறங்கி வாசல் வந்தேன். கார்களுக்கும், பைக்குகளுக்கும் நடுவில் கிருஷ்ணன் சாரின் சைக்கிள், சுவரில், களைப்போடு, உடல் சாய்த்து ஓய்வெடுத்துக்கொண்டிருந்தது.

அவர் கொடுத்த தாளை அங்கேயே பிரித்து வாசித்தேன். ‘your decision is hundred percent correct. Please go ahead. Wish you best of luck. Yours lovingly, R. Krishnan’.

அதன் பிறகு, அந்த அலுவலகத்துடன் தொடர்பில்லாமல் போனது. ஆனால், என்னைப் பற்றி கிருஷ்ணன் சார் விசாரித்துக்கொண்டே இருந்திருக்கிறார்.

அங்கிருந்து வந்த இரண்டு மாதங்களில், திரைத்துறைக்கு வந்துவிட்டேன். அத்தனை வருடத் தாகத்தின் விளைவாய், என் இயக்குநர் பார்த்திபன் சார், என்னைத் தன் உதவி இயக்குநராகச் சேர்த்துக்கொண்டார். சிறு பிராய விருப்பமான இடத்திற்கு வந்துவிட்டேன்.

கிருஷ்ணன் சார், இதைக் கேள்விப்பட்டுப் பூரித்திருக்கிறார்.

“நான் சொன்னேன்ல. அவர் அங்கே இருக்க வேண்டியவரு. நம்மள மாதிரி மாசச் சம்பளக்காரர் இல்ல. இனிமே எல்லாருக்கும் தெரிவாரு.”

பக்கத்தில் இருக்கும்போதே சின்னச் சின்ன அசைவுகளைப் பாராட்டியவர், இரசித்து இரசித்து முதுகைத் தட்டியவர், இப்போது இன்னும் கொண்டாடிக்கொண்டிருப்பார்.

என் குமார் /109

ஒரு முறை, பேருந்தில் சந்தித்த பழைய நண்பரிடம் அலுவலகத்தைப் பற்றியும், அவரைப் பற்றியும் விசாரித்தேன்.

“கிருஷ்ணன் சாருக்கு அவர் வீட்டுக்குப் பக்கத்திலயே, இல்லாட்டா, அவங்க பசங்க வேலை பாக்கற இடத்துலயே ஒரு வேலை ஏற்பாடு பண்ணுங்க. ஒரு நாள் என் ரூமுக்குக் கூட்டிட்டு வாங்க!”

என்னை நானே கண்ணாடியில்கூட சந்தித்துக்கொள்ள முடியாத ஒரு பொறுப்புக் காலம் ஆரம்பித்திருந்தது. துறை ரீதியாக உச்சபட்ச வேலைகள். பிடித்துப் பிடித்துச் செய்த செயல்கள். கனவுகளெல்லாம் கைவசமாக ஆரம்பித்த நாட்கள்.

வரவேண்டிய இடத்திற்கு வந்துவிட்டதால், தர வேண்டிய எல்லாவற்றையும் தந்துகொண்டிருந்தேன்.

வெளிப்புறப் படப்பிடிப்புப் பயணம் முடித்து, ஒரு இரவு, அறைக்குத் திரும்பினேன். குளித்து, உடை மாற்றி, உணவருந்திய பிறகு என் சகோதரர் நரசிம்மன் அந்த விஷயத்தைச் சொன்னார்.

“குமார், கேஷுவலா வாங்கிக்கோ, இந்த நியூஸை! உன்னோட பழைய ஆஃபிஸ் பெர்சன் வந்து சொன்னாங்க. கிருஷ்ணன் சார் செத்துட்டாராம். ரோடு ஆக்சிடென்ட். ஆவடில இருந்து சைக்கிள்ல ஆஃபிஸ் வரும்போது வண்டி மோதி...”

இந்தச் செய்தி நுழைவதற்கெல்லாம் என் இதயத்தில் எப்படி இடம் இருக்கும்?

காலைச் சாலையில்... மோதிய வேகத்திலேயே... சம்பவ இடத்திலேயே... சைக்கிள் நொறுங்கி... அந்தக் கண்ணாடி சிதறி... வியர்வை நனைத்த முழுக்கை வெள்ளைச் சட்டையெல்லாம் இரத்தச் சேறில்... மூச்சு மறந்த கிருஷ்ணன் சார்...

அழப் பிடிக்கவில்லை. அமைதிக்கு ஆளானேன். புத்தக அலமாரியிலிருந்து எனது டைரியை எடுத்தேன்.

“அன்புள்ள கிருஷ்ணன் சார்..” என்று அவருக்குக் கடிதம் எழுத ஆரம்பித்தேன்.

எழுதும்போது அவர் நினைவுகள்... அவர் உருவம்... படபட

வென்று அங்குமிங்கும் சென்றது. மூக்குக் கண்ணாடியை இறக்கிவிட்டு எட்டி எட்டிப் பார்த்தது. மூலைக்குச் சென்று என்னையே தன் கண்களால் ஜெராக்ஸ் எடுத்துக்கொண்டிருந்தது.

நீண்ட கடிதத்தின் முடிவில், இப்படி எழுத்தில் அழுதேன்.

"கிருஷ்ணன் சார், அடிக்கடி என்னை அழைத்து, மனைவியின் நினைவாக, 'நெஞ்சே… நெஞ்சே…' பாடச்சொல்லிக் கேட்டு நெகிழ்வீர்களே… இப்போது பாடட்டுமா, உங்களின் நினைவாக?"

…

காலம் எதையும் கொடுக்கும். எடுக்கும். நிரந்தரமாய் அன்பை மட்டும் விட்டுவைக்கும்.

https://tinyurl.com/kalamebodhi12

13

அவர் வீட்டுப் பல்லி...

ட்டிக்... ட்டிக்... ட்டிக்...

வருஷம் 1917 ஆச்சு. எனக்கு இப்போ வயசு ரெண்டு ஆச்சு. புதுச்சேரில, இந்தத் தெருவுல, இந்த வீட்டுக்கு இன்னைக் குத்தான் ஊர்ந்து வந்தேன். வீடே அமைதியா இருந்துச்சு.

•

திடீர்னு, திறந்திருந்த கதவை இன்னும் திறந்துக்கிட்டே, ஒரு குட்டிப் பொண்ணு ஓடி வந்திச்சு. முகமெல்லாம் வியர்வை ஈரத்தோட, அழுத ஈரமும் வடிஞ்சிருந்தது.

உள் அறைல இருந்த அந்தப் பொண்ணோட அப்பா, ரெண்டு அடில துள்ளி வந்து, “என்னடா பாப்பா...?”ன்னு அணைச்சுக்கிட்டாரு.

அடக்கி வெச்ச அழுகை, அவர் கைப்பட்டதும் இன்னும் பலமாச்சு.

“கடற்கரைல விளையாடும்போது, ஒருத்தி என் கூட சண்டை போட்டா. அப்போ, உங்களைத் தப்பா சொன்னாப்பா...”

யோசிக்காம அவரு சொன்னாரு,

“அதுனால என்ன? உன் தோழிதானே. போய் விளையாடு.”

“இல்லப்பா. என்ன சொன்னா தெரியுமா அவ?... உன் அப்பா ஒரு கிறுக்குன்னு எங்க வீட்டுல சொன்னாங்க... என்னால தாங்க முடியலப்பா.”

ஒன்னு அழுது சரிஞ்சு அவரோட தோள் மேல விழுந்துச்சு, அந்தக் குட்டிப் பொண்ணு.

எனக்கே கோபம் வந்திருச்சு. இப்படியா சின்னப் புள்ளை மனசை நோகடிப்பாங்க?

ஆனா, அந்த ஐயா, பாப்பாவை அந்த முற்றத்துல உட்கார வெச்சுட்டு, எழுந்து போய் அலமாரில இருந்த ஹார்மோனியப் பெட்டிய எடுத்துட்டு வந்து உட்கார்ந்தாரு.

அவர் அதைத் தொட்டதும் காத்துல ஒரு நாதம் வந்துச்சு. பெட்டியோட பக்கவாட்டுல ரெண்டு தட்டு தட்டுனாரு, செல்லமா.

அவரோட மனைவி பின் கட்டுலருந்து, இங்கே என்ன நடக்குதுன்னு வந்துட்டாங்க. அழுத பாப்பாவோட முகத்தைப் பார்த்து, "என்ன ஆச்சும்மா?"ன்னு ஜாடையா விசாரிக்கும் போதே, அந்த ஐயாவோட குரல், ஒரு பாட்டு பாடுச்சு. அம்மாடி! என்ன ஒரு உணர்ச்சி!

"திருவைப் பணிந்து நித்தம் செம்மைத் தொழில் புரிந்து வருக வருவதென்றே கிளியே... மகிழ்வுற்றிருப்போமடி..."

அந்த வீட்டம்மாவும் அங்கேயே உட்கார்ந்திட்டாங்க. உச்சக் குரல்ல பாடுனாரு அடுத்த வரியை.

"துன்ப நினைவுகளும் சோர்வும் பயமுமெல்லாம் அன்பில் அழியுமடீ! கிளியே... அன்புக்கழிவில்லை காண்!

புள்ளைய அழ வேண்டாம்னு சொன்ன ஐயா கண்ணுல தண்ணி. ஹார்மோனியத்தை ஓரமா நகர்த்திட்டு, மகளை மடில வெச்சுக்கிட்டாரு.

"பாப்பா... யார் என்ன சொன்னா என்ன? வீட்டுல இருக்கற பெரியவங்க எப்பவும், யாரைப் பத்தியும் தப்பாப் பேசக்கூடாது. அது, உன் தோழி நாக்குல வந்து உட்கார்ந்திருச்சு. என்னை அவங்க கிறுக்குன்னு சொன்னா என்ன? உண்மைதானே! அப்பா ஒரு அன்புக் கிறுக்கு, உன் மேல பாசக் கிறுக்கு. தேசக் கிறுக்கு, பராசக்தி மேல பக்திக் கிறுக்கு இருக்கறவன்தானே. விட்ட இடத்திலயிருந்து போய் விளையாடு."

கண் துடைச்சு, மனசு துடைச்சு, பிள்ளையை அனுப்பி வெச்சாரு.

•

அவர் யாருன்னு தெரியல. ஆனா, அவரை எனக்கு ரொம்பப் பிடிச்சுப்போச்சு.

வீடு வீடா எத்தனை பார்த்திட்டேன்.

விட்டம் – சுவர் – தரை – ஜன்னல் – வாசல் – திண்ணை – உத்திரம் – அலமாரி – முற்றம் – மேசை – நான் ஊர்ந்து வந்த பாதைல, இந்த வீடு விசித்திரமாத் தெரியுது.

இங்கேயே தங்கிடணும், அவர்கூடவே வாழ்ந்திடணும்னு இருந்திட்டேன்.

●

ட்டிக்... ட்டிக்... ட்டிக்...

அதிகாலைல குளியல் சத்தத்தோட சங்கீதமும் கேட்கும்.

நிக்கும்போது, நடக்கும்போது, உட்காரும்போது, கும்பிடும் போது, தூங்கும்போது, இதோ, விடிய ஆரம்பிக்கும்போதே, வெண்கலப் பாத்திரத்துல குளுந்த தண்ணி நிரப்பிக் குளிக்கும் போதும் பாடுவாரு. அநேகமா, முக்கால்வாசிப் பாட்டு, சொந்தப் பாட்டுதான்.

சுருதி சுத்தமாப் பேசுவாரு. வாக்கியமெல்லாம் கேள்விலதான் முடியும்.

மனுஷ முதுகுன்னா வளைஞ்சுதான் இருக்கும்னு நினைச் சேன். இவரோட முதுகு, நான் வாழற சுவர் மாதிரி நிமிர்ந் திருக்கு.

தினமும் இருபது பேராவது திண்ணைக்கு வந்து வணக்கம் சொல்லிட்டுப் போவாங்க. காத்திருந்து பார்ப்பாங்க. நல்லாப் பேசுறவரு, சில நாள் யார் கூடவும் பேசாம, சாப் பிடாம, விரதம் இருப்பாரு. ஆனா, என்னைக்கும் எழுத்துக்கு மட்டும் விரதம் இல்ல!

வீட்டுச் சமையல் கூடத்துல நானே பார்த்து முழிச்சேன். எண்ணி, பத்துப் பதினைஞ்சுப் பாத்திரம்தான். துணி அலமாரிலயும் சொல்லிக்கற மாதிரி, புதுசே கண்ணுல படல.

அத்தனைக்கும் சேர்த்துப் புத்தகமா இருக்கு. டிரங்கு பொட்டியைக் காட்டி, "இலட்ச ரூபா மதிப்பு இதுக்கு"ன்னு கர்வமாச் சொல்லுவாரு. அதுக்குள்ள, கட்டுக் கட்டா அவர் பாட்டுதான் இருக்கும்.

எழுதுறவர் வீட்டுல வந்து ஒட்டிக்கிட்டேன்னு என் கூட்டத்துல எனக்கு மதிப்பு உண்டு.

அவர் எழுதறதைப் பார்த்திருக்கேன். கண்ணுக்குக் கிடைச்ச புண்ணியம் அது.

தாளை ஒரு அர்ச்சனைத் தட்டு மாதிரி எடுத்து வெச்சுக்குவாரு. இலைக்காம்பு மாதிரி ஒரு கோடு...

யோசிக்கிறாரா? தியானிக்கிறாரா? தரைல காலால டக்குனு உதைச்சு, முகம் பிரகாசமாகுது.

எழுத்தெல்லாம் உதிச்சு உதிச்சு நிக்குது. ஒற்றெழுத்திலயும், முற்றுப் புள்ளிலயும், வைக்கற புள்ளிய, சுவர் ஆணில இருக்கற அம்பாள் படத்துப் பொட்டு மாதிரி வைக்கறாரு.

பாடறாரு. எழுதறாரு. பாடிக்கிட்டே எழுதறாரு. வலது கை விரலிடுக்குல பேனா. மறுகை விரலால, அந்த மீசையை வருடி வருடி, முறுக்கி உற்சாகமாகுறாரு. எழுதுன தாளைக் கைல எடுத்து, தள்ளி வெச்சுப் படிக்கறாரு.

பார்க்கவே 'ஒத்த ஆள் திருவிழா' மாதிரி இருக்கு.

"ஆஹா... ஆஹா!"

நான் சொல்றதுக்கு முன்னாடி, அவர் வாயால அவரே சொல்லிக்கறாரு.

நான் அவரைச் சொல்ல நினைச்சேன். அவர், அவரைச் சொல்லிக்கலையோ?

●

ட்டிக்... ட்டிக்... ட்டிக்...

பொண்டாட்டியும், ரெண்டு மகள்களும் இவரு என்ன செஞ்சாலும் ரசிக்கறாங்க. கொடுப்பினைதான்.

'அப்பாவுக்குப் பொய் சொன்னாப் பிடிக்காது. யாரைப் பத்தியும் குறை சொன்னாப் பிடிக்காது'ன்னு அவங்களுக்குத் தெரியும். அந்தக் கண்ணைப் பார்த்தாப் பேச்சே வராது. அப்புறம் எப்படிப் பொய் வரும்?

வீட்டுல ஒரே ஒரு கட்டுப்பாடு உண்டு. "யார் புத்தகம் படிக்கும்போதும் யாரும் தொந்தரவு பண்ணக்கூடாது."

(இதைச் சில சமயம் சாக்கா வெச்சுக்கிட்டு, அம்மா ஏதாவது வேலை சொன்னா, பொண்ணுங்க ஓடிப்போய் புத்தகம் எடுத்து, வாசிக்க ஆரம்பிச்சிருவாங்க. அந்தக் குறும்பு பார்த்து நான் சிரிப்பேன்.)

நிறைய வீட்டுல புருஷன் பொண்டாட்டி, ஒருத்தருக்கொருத்தர் எட்டித்தான் நிப்பாங்க, பகல்ல.

அப்புறம், வீட்டுத்திண்ணை தாண்டினா, யாரோ மாதிரி முன்னாடி, பின்னாடிப் போறதைப் பார்த்திருக்கேன்.

இந்த வீட்டுல கதையே வேற. அவரு பாராட்டிக் கொஞ் சினா, தெருவுக்கே பொறாமை வரும். வீட்டம்மாவுக்குக் கூச்சமா இருக்கும். ஆனாலும், அவரை மாத்த முடியல. (வயசு வித்தியாசம் ஏழு இருக்கும்.)

நல்லாக் கொஞ்சறாரேன்னு பார்த்தா, அவ்வளவு கோபமும் வரும்.

ஒரு தடவை, ஏதோ பேச்சு வார்த்தைல, காலைல வீட்டை விட்டு சாப்பிடாமப் போனவரு, மதியமும் வரலை. அந்தம்மா, புள்ளைங்களைச் சாப்பிட வெச்சிட்டு, சாப்பாட்டை எடுத்து வெச்சிட்டாங்க. பட்டினி.

விளக்கேத்தற நேரம். வெளிச்சமா, ஐயா உள்ளே நுழைஞ் சாரு. போன வேகம் இப்போ இல்ல. வாசக் கதவு திறந்திருக்கு. வீதில யாரோ போறாங்க, வர்றாங்க. எதையும் அவரு கவனிக்கல.

கைல நூல் திரி வெச்சுக்கிட்டிருந்த வீட்டம்மாவைக் கையப் பிடிச்சு தரதரன்னு இழுத்தாரு. நேருக்கு நேரா நின்னாரு.

“கோபத்துக்கு இதயம் கிடையாது. அது உன்னையும் என்னை யும் பிரிச்சுடும். வீட்டோட நிம்மதியைக் கெடுத்திட்டேன். மன்னிச்சிரு”ன்னு சொல்லிக்கிட்டே, பிள்ளைங்க முன்னாடியே, தடார்னு பொண்டாட்டி கால்ல விழுந்தாரு.

என்ன மனுஷன் இவன்? (அன்னைக்கு அவரை ஒருமையில திட்டிட்டேன், சந்தோஷத்துல.)

•

ட்டிக்... ட்டிக்... ட்டிக்...

தினமும் தூங்கும்போது, பொண்ணுங்க ரெண்டு பேரையும், கைக்கு ஒருத்தராப் படுக்க வெச்சுக் கதை சொல்லுவாரு. நான் கேட்டவரை கதை சொல்லாம இருந்ததில்ல, ஒருநாளும்.

புராணம், வரலாறு, அறிவியல், காடு, வீடு, தோப்பு... நண்டு வளை தோண்டும், நட்சத்திரம் குவியலா வந்து விழும், மொகலாய ராஜா வருவாரு, எலி வரும், இயற்கை வரும். மாறாம, எல்லாக் கதைலயும் நாடு வரும். வீரமாத்தான் முடியும்.

அவரோட ஆசைதான், கதை கதையா வருதுன்னு தெரிஞ் சுது.

அன்னைக்கு என்ன கதைன்னு யோசிச்சவரு, திரும்பிப் பார்த்தாரு. அவரை மரியாதை செஞ்சு, யாரோ கொடுத் திட்டுப்போன ரோஜாப்பூ மாலை, எலுமிச்சம் பழம்லாம் தட்டுல இருந்துச்சு. அந்த ரெண்டையும் வெச்சே, ஒரு கதை சொன்னாரு பாருங்க...

அவரோட பல்லிப் புள்ளையான நானும் ‘ஆ’ன்னு வாய் பொளந்து கேட்டுக்கிட்டே தூங்கிட்டேன்.

நடு இராத்திரி. முழிப்பு வந்தப்போ, விட்டத்துல இருந்து பார்த்தேன்.

அந்த நாலு பேரும் தரைல பதிச்ச நட்சத்திரம் மாதிரி தெரிஞ்சாங்க, என் கண்ணுக்கு.

•

ட்டிக்... ட்டிக்... ட்டிக்...

தலைல துணியை வெச்சு, மூணு சுத்து. கருப்பு முடில, வெள்ளை கோபுரம் வெச்ச மாதிரி அழகு வந்திரும்.

வெள்ளை வேட்டி, வெள்ளை சட்டை, மேல கருப்பு கோட்டு போட்டுக்கிட்டுக் கிளம்பறாரு, சூரியன் மாதிரி.

கோட்டுப் பையில பணத்தை வைப்பாருன்னு பார்த்தேன். வெள்ளைத் தாள், மைப் பேனா சொருகிக்கிட்டே, திரும்பி பார்த்துச் சொன்னாரு.

“யாராவது வந்து கேட்டா, நான் இருக்கேன்னு சொல்லிடு.”

வீட்டம்மா முழிக்கறாங்க.

“வெளில இருக்கேன்னு சொல்லிடு...”

கலகலன்னு ஒரு சிரிப்பு. அந்தச் சிரிப்புல அவங்களும் சேர்ந்துக்கிட்டாங்க.

அவரை எப்பவும் உற்சாகமாத்தான் பார்க்கறேன். உற்சாகம்னா, கோபம், வலி, படபடப்பு, எரிச்சல், நையாண்டி, அதிர் வேட்டுச் சிரிப்பு, நிதானம், எல்லாமும் சேர்ந்துதான்.

வாசக் கதவு தட்டுற சத்தம் கொஞ்சம் பலமாக் கேட்டா, “ஏன்... மெதுவாத் தட்டுனா நமக்குக் கேட்காதா?”ம்பாரு.

ஆனா, அவர் வந்து தட்டுனா, யானை தும்பிக்கையால சுழட்டுன சத்தம் கேட்கும். அவர் வீட்டுக்கு மட்டுமில்ல, எந்த வீட்டுக்குப் போனாலும் அப்படித்தான்போல.

(ஆனா, சின்னக் குழந்தைங்க இருக்கற வீடுன்னா, தட்டாம, வாசல்ல இருந்தே ஆள் பேர் சொல்லிக் கூப்பிடுவாராம்.)

கதவு தட்டி எதிர்ல நிக்கறவங்களை அப்படியே தழுவி அணைச்சு, பாராட்டி, நலம் விசாரிச்சு, “புதுப்பாட்டு ஒண்ணு எழுதிருக்கேன். கேட்கறியா?”ன்னு பாட ஆரம்பிச்சிடுவாரு. அந்த நாளையே இரசனையா மாத்திடுவாரு.

ஒசரத்துல இருந்து அத்தனை பாட்டு கேட்டிருக்கேன்.

●

ட்டிக்... ட்டிக்... ட்டிக்...

எப்பவும் மழை மாதிரி சுத்தியிருக்கறவங்களை நனைச்சுக் கிட்டே இருக்கறவரு, தொப்பலா அழுது பார்த்தேன், ஒருநாள்.

முப்பத்தஞ்சு வயசிருக்கும். ஆனா, பெரும்பாலும் சகவாசம் குழந்தைங்க கூடத்தான். அனுசரணையா நின்னு பேசற அவரைச் சின்னவங்களுக்கு ரொம்பப் பிடிக்கும்.

வீட்டுக்குள்ள வந்தார்னா, அன்னைக்குப் பார்த்த குழந்தை களைப் பத்தியே பேச்சு ஓடும்.

பொண்ணுங்களுக்கு இடம் கொடுக்காத வீட்டுக்கெல்லாம் போயிருக்கேன். இது பொண்ணுங்களை விட்டுக்கொடுக்காத வீடு.

தினமும் மொத வேலையா, கல்லூரியில வேலை பார்க்கற விசுவநாதன் ஐயா வீட்டுக்கு ஆங்கில பேப்பர் வாசிக்கக் கிளம்பிடுவாரு.

அவரும் இவரும் நல்ல சிநேகிதம். அவங்க வீட்டுல ஒரு மூத்த பையன், குஞ்சித பாதம், ஐயாகிட்ட பாடச் சந்தேகம்லாம் கேட்டுப்பாரு. ஒரு சின்னப் பொண்ணு மீனா. அந்தப் பொண்ணு பேர்ல ஐயாவுக்குப் பிரியம் அதிகம்.

"மீனா, நீ படிப்பைத் தாண்டியும் நிறைய படிக்கணும். கவிதை எழுது. கட்டுரை எழுது. புதுமை பண்ணு. உன்னால தான் நம்ம நாட்டுக்கு ஒரு புத்துணர்ச்சி வரும்"னு உற்சாகப் படுத்துவாராம்.

வீட்டுக்கு வந்தும், மீனா பெருமை பேசுவாரு. அந்தப் பொண்ணும் ஐயாவோட வார்த்தைய உசுராப் பிடிச்சுக்கிட்டு, நிறைய எழுத ஆரம்பிச்சுது.

அப்படிப்பட்ட பொண்ணுக்கு, கடுமையான காய்ச்சல் வந்து, உடம்பு படுத்து, திடீர்னு ஒரு நாள் செத்துப்போச்சு.

தகவல் வந்ததுமே, செருப்பைக்கூட மறந்து, ராத்திரில, விடு விடுன்னு வீதில இறங்கிப் போனாரு.

போனவரு, ஒரு மணி கழிஞ்சு வந்தாரு. முகமே சரியில்ல. எதுவும் பேசாம உட்கார்ந்தவரு, திடீர்னு தேம்பித் தேம்பி அழுதாரு.

ஐயாவோட ரெண்டு புள்ளைங்களும், வீட்டம்மாவும் வாடிப் போய், "என்ன பண்ண? கஷ்டமாத்தான் இருக்கு. ஆறுதல் சொல்லப்போன நீங்களே இப்படி அழலாமா?"ன்னு தேத்திப் பார்த்தாங்க.

சட்டுனு எழுந்தாரு. முற்றத்துல இறங்கினாரு. போட்ட உடையோட, தொட்டித் தண்ணில சொம்பை விட்டு எடுத்து, நட்ட நடு ராத்திரில வாரி வாரி உடம்புல விட்டாரு.

"மீனா எங்கயும் போகல. மீனா மாதிரி, மீனாவை விட, பல மடங்கு திறமை, உறுதி, இலட்சியம் இருக்கற பொண்ணுங்க, அந்தக் குடும்பத்துலயும், எல்லார் குடும்பத்துலயும், வீட்டுக்கு வீடு பொறப்பாங்க... நாடெல்லாம் பொறப்பாங்க"ன்னு மந்திரம் மாதிரி சொட்டச் சொட்டச் சொல்லிக்கிட்டே குளிச்சாரு. வீடே நனைஞ்சு போச்சு.

இதை, முற்றத்து மரத்தூண்ல இருந்து பார்த்த என் உடம்பே விறைச்சுப் போச்சு.

●

ட்டிக்... ட்டிக்... ட்டிக்...

இவரை விட்டிட்டுப் போக மனசு வரலை. ஆனா, இந்தக் குடும்பத்தைப் பார்த்ததும், என் குடும்பத்தைப் பார்க்க ஆசை வந்துச்சு.

நாலு வீதி தாண்டி, மணக்குள விநாயகர் கோவில் இருக்கற பகுதிக்கு வந்து இருந்தேன். அங்கே தற்செயலா, ரெண்டு முறை ஐயாவைப் பார்த்தேன். அவரு, சாமி கும்பிடற அழகை இரசிச்சேன்.

உரிமையா நின்னு ஏதோ கேட்டிட்டுப் போவாரு. சமயத்துல, கடவுளையே வாழ்த்துவாரு. பிள்ளையாரோட பள்ளித் தோழன் மாதிரி நடந்துப்பாரு.

யானையை அவ்வளவு பிடிக்கும்போல. கோவில் வாசல்ல விக்கற வாழப்பழத்தையெல்லாம் வாங்கி, அதுக்கு ஊட்டிட்டுப் போயிடுவாரு.

அதுக்கப்புறம், அவரைப் பார்க்க முடியல.

ஏதோ பெத்தவரை விட்டு வந்த மாதிரி, என் மனசு சோர்ந்து போச்சு.

ஒரு நாள், ஐயா வீட்டுக்குப் புறப்பட்டேன்.

●

ட்டிக்... ட்டிக்... ட்டிக்...

வீடு பூட்டியிருக்கு.

குடும்பத்தோட, சென்ன பட்டணம் போயிட்டாங்களாம். திண்ணைல, மேலயும் கீழயும் வளைய வந்தேன்.

ஒரு நாள், மூடியிருந்த ஐயா வீட்டு வாசல்ல, 'குள்ளச்சாமி' நின்னுக்கிட்டிருந்தாரு. அவரு இந்த ஊர்ல இருக்கற சித்தரு. யாருகிட்டயும் பேச மாட்டாரு. எப்பவோ வருவாரு. எங்கயோ போவாரு.

வீதில போன ஒரு பையனை நிறுத்தி, உள்ளங்கையில வெச்சிருந்த எதையோ எடுத்துக் காட்டி, "இது எங்கே? இது

எங்கே?"ன்னு கேட்டுக்கிட்டிருந்தாரு. பையனுக்கு ஒண்ணும் புரியல. முதல்ல பயந்தான்.

குள்ளச்சாமி, தன் கையை நல்லா விரிச்சு அவன்கிட்ட அதைக் காமிச்சு, "இது எங்கே போயிருக்கு? எங்கே?"ன்னு திரும்பவும் விசாரிச்சாரு.

அது என்னன்னு கொஞ்சம் முன்னுக்கு வந்து தலையைத் தூக்கிப் பார்த்தேன்.

அவர் கைல இருந்தது, வாடா மல்லிகைப் பூ!

"யாரைப் பத்திக் கேட்கறீங்க?"ன்னு அவன் கேட்டப்போ,

"பாரதி... பாரதி..."ன்னு சத்தமாச் சொன்னாரு, சித்தரு.

எனக்கு உயிரே சிலிர்த்துப்போச்சு.

"அவரு இல்லையே, ஊருக்குப் போயிட்டாரு. இனி வர மாட்டாருபோல..."ன்னு பதில் சொன்னான், அந்தப் பையன்.

எதையும் காதுல வாங்கிக்காத குள்ளச்சாமி, சிரிச்சுக்கிட்டே, அந்த வாடா மல்லிகைப் பூவோட குதிச்சு ஓடிப்போனாரு.

●

ட்டிக்... ட்டிக்... ட்டிக்...

கதவு கீழ் இடுக்குல புகுந்து உள்ளே நுழைஞ்சேன். யாருமில்ல. வீடு மட்டும்தான் இருந்தது.

ஆனா, அவரு பேசினது, பாடுனது, அழுதது, சிரிச்சது, பொண்டாட்டி, புள்ளைங்களைக் கொஞ்சினது, "ஜெய பேரிகை கொட்டடா... கொட்டடா!"ன்னு இடி மாதிரி உரக்கப் பாடுனதெல்லாம் எனக்குக் கேட்குது.

சாமி அலமாரில பார்க்கறேன். விளக்கு வெப்பம் பட்ட கருப்புத் தடம், மஞ்சள் குங்குமத்தால போட்ட கீத்து, சாமி படம்லாம் இல்லாம ஆணி மட்டும் நிக்குது.

அந்த இடத்துல நின்னு ஒரு வாட்டி ஐயா வேண்டினது ஞாபகத்துக்கு வருது.

அப்போ, அவருக்கு உடம்பு சுகமில்ல. வீட்டுல அணா இல்லை. வரும்படியும் நின்னு போயிருந்துச்சு. வெளிலயும் அவருக்கு ஏதோ நிம்மதி இல்ல.

என்ன வேண்டப் போறாரு?

கண்ணை மூடி, இலேசாச் செருமிக்கிட்டே, உதட்டைத் திறந்தாரு. சங்கு ஒலிக்கற மாதிரி ஆரம்பிச்சாரு.

"பேசாப் பொருளைப் பேச நான் துணிந்தேன். கேட்கா வரத்தைக் கேட்க நான் துணிந்தேன்.

மண் மீதுள்ள மக்கள், பறவைகள், விலங்குகள், பூச்சிகள், புற்பூண்டு, மரங்கள் யாவுமென் வினையால் இடும்பை தீர்ந்தே இன்பமுற்றன்புடன் இணங்கி வாழ்ந்திடவே செய்தல் வேண்டும் தேவ தேவா!"

... அதிர்ந்து போயிட்டேன்.

அவருக்கும், அவர் குடும்பத்துக்கும் மட்டும் வேண்டுவார்னு தப்பா நினைச்சேனே... என்னை நானே வாலால அடிச்சுக் கிட்டேன்.

அந்த ஞாபகம் போகாது.

•

எனக்கெல்லாம் அதிகபட்சம் அஞ்சு வருஷ ஆயுசுதான்.

மிச்சமிருக்கிற ஆயுசுக்கும் அவரு இருந்த இடத்துலதான் வாழப் போறேன்.

ஆனா, ஐயாவுக்கு இந்த ஆயுசுக் கணக்கெல்லாம் கிடையாது.

நான் கேட்காமலேயே, இந்தப் பொறப்புல எனக்கும் ஒரு பெருமையைக் கொடுத்தாரு...

"நான் பாரதியார் வீட்டுப் பல்லி!"

ட்டிக்... ட்டிக்... ட்டிக்...

...

காலம் **எழுதிய அமர கவிதை, பாரதி!**

14

அண்டா நிறைய அன்பு...

இரண்டு கேள்விகள் இருக்கின்றன. அதற்கு, இரண்டு 'ஆம்!' சொன்னால், இந்தப் பூமியில் மூச்சு விட எனக்கும், உங்களுக்கும் தகுதி இருக்கிறது.

இடம்: திருமூர்த்தி மலை

சுற்றிலும் இயற்கை என்று சொல்லமுடியாது. இயற்கைதான் அந்த இடமே. சந்தோஷம் நிறைந்த வெளி.

குழந்தைகளுக்கான சிறப்பு முகாம் நிறைவு நாள். விருந்தினராக அழைக்கப்பட்டிருந்தேன். நிகழ்ச்சி ஆரம்பிக்க இன்னும் ஒரு மணி நேரம் இருந்தது. அதற்குள் அந்த இடத்தைச் சுற்றிப் பார்க்கக் கிளம்பினேன்.

மலையும் மரமும் நிறைந்த அந்தப் பிரதேசம், காற்றுக்குத் தாய் வீடு என்று நினைக்கிறேன். கட்டுப்பாடில்லாத துள்ளலில் வீசிக்கொண்டிருந்தது.

தோட்டம் வைத்த ஒரு தனி வீட்டின் வாசலில், மூங்கில் இருக்கையில் அமர்ந்தேன். நிறைய யோசிக்கும்படியான அமைதிச் சூழல். எதையும் யோசிக்கக் கூடாது என்று கண்மூடி யிருந்தேன்.

'குழந்தை வாசனை' வீசியது. இமைகளைப் பிரித்துப் பார்த்தேன். பக்கத்திலிருந்த இன்னொரு இருக்கையில், ஒரு சிறுமி திடீரென்று பூத்திருந்தாள்.

என்னைக் கேட்டாள்.

"இங்க என்ன பண்ற?"

"ஒண்ணுமில்லம்மா. சும்மா..."

சும்மாவிலிருந்து நிறைய பேச்சு வந்தது.

“இங்கதான் இருந்தோம் ஏழு நாள். சூப்பரா இருந்துச்சு... தெரியுமா? அறுபது கிட்ஸ். ஜாலியா இருந்தோம். பேரன்ட்ஸ் லாம் பார்க்காம, நாங்க மட்டும். குரு மகான் நிறைய சொல்லிக் கொடுத்தாங்க. நேச்சர், யோகா, சாப்பாடு, ப்ரேயர். சீக்கிரமே ஜில் தண்ணில குளிக்கணும். ஒவ்வொருத்தரும் ஒவ்வொரு ஊர். குடைஞ்சுக்கிட்டே இருக்கேன்னு எல்லாரும் என்னை ‘வண்டு’ன்னு தான் கூப்பிட்டாங்க. சரி, நீ என்ன பண்ற இங்க?”

“உங்களையெல்லாம் பார்க்க வந்தேன்.”

ஒரு நிமிடம் பேசினேன். ஐந்து நிமிடம் பேசினோம். அடுத்த அரை மணிநேரம் அவள் பேசினாள், சீனிப் பட்டாசாய். கேள்வி ஒவ்வொன்றும் பதில் தேவைப்படாத ஆச்சரியங்கள்.

“பால் எப்படி வெள்ளையா இருக்கு? சாவி போட்டா பூட்டு ஏன் திறக்கணும்... மாட்டேன்னு சொன்னா என்ன? மரம்லாம் எப்படி நேரா விழாம நிக்குது? மனுஷங்க வாலு எங்க போச்சு?”

எல்லாவற்றுக்கும் ஒரே பதிலைச் சொன்னேன்.

“தெரியலையே, வண்டும்மா!”

கேள்விகளில் இருந்த அழகில் விழுந்தேன். கேள்வியின் நாயகி, அவள்!

நான் பதிலின்றி விழிப்பதைப் பார்த்து எனக்கே ஊர்ஜிதப் படுத்தினாள், “உனக்கு ஒண்ணுமே தெரியலயே. நீ முட்டாள்.”

முகத்தைச் சோகமாக வைத்துக்கொண்டேன், அவள் மகிழ் வதற்காக.

“ஓ.கே. ஓ.கே. ஃபீல் பண்ணாத. ஆனா, உண்மையாத்தான் சொல்றேன்...” என்று சொல்லிவிட்டு ஓடிப்போனாள்.

எனக்கு இந்தப் பட்டம் பிடித்திருந்தது. என்னைப் பொறுத்த வரை எனக்குப் பொருத்தமாகவும் இருந்தது.

●

விழா ஏற்பாட்டாளர்கள் என்னைத் தேடி வந்து அழைத்துச் சென்றார்கள். வெண்மை அரங்கம் நுழைந்தேன்.

கீழே பார்க்கிறேன். கல்கண்டுத் துகள்கள்போல, குழந்தைகள் கொட்டிக் கிடந்தார்கள். அரங்கச் சுவர் ஓரத்தில், அழைக்க வந்த பெற்றோர்கள். இன்னும் பலர்.

விழா ஆரம்பிக்கப்போகிறது. என் பெயர், தகுதிகள் சொல்லி, சால்வை, மாலையோடு, மேடையில் அமர வைத்தார்கள். அவையை வணங்கிவிட்டு இருக்கையில் அமர்ந்தேன்.

எதிர்பாராமல் ஒரு பிஞ்சுக் குரல்... கேட்ட குரல்தான்... அந்தக் கூட்டத்திலிருந்து கேட்டது.

"ஏய், ஏன் மேல போய் உட்கார்ந்திருக்க? அங்கெல்லாம் உட்காரக்கூடாது. இங்க வா!" என்று தன் இருக்கையின் முனையைத் தட்டி அழைத்தாள். அந்தச் சிறுமிதான்.

மூங்கில் சேரில் தன் பக்கத்தில் அமர்ந்து பேசிக்கொண்டிருந்த முட்டாள், திடீரென்று மேடைக்குச் சென்றதை ஒத்துக்கொள்ள முடியாமல் தவித்தாள்.

வயதில் பெரியவர்கள் இருந்த மேடையில், நான் அவமானப் பட்டு விடக்கூடாது என்று அவள் பதறுவது தெரிந்தது.

"உனக்கு ஒண்ணும் தெரியாதுல்ல. இங்க வந்திரு. அங்கெல்லாம் உட்காரக்கூடாது. வா!"

கை நீட்டி, அவள் சிறிதாய்க் கத்துவதைப் பார்த்து, கூட்டம் அசைந்தது. அவளது பெற்றோர் அவளைக் கண்களால் அமைதிப்படுத்திக் கொண்டிருந்தார்கள்.

மேடையில் குரு மகான், இரு ஆன்மிகவாதிகள், பல்கலைக் கழகப் பேராசிரியர், மற்றும் சில மூத்தவர்கள்.

என் முறை வந்தது. ஒலி வாங்கியின் முன் நின்று முப்பது நிமிட உரையாற்றினேன்.

அரங்கம் பல இடங்களில் கைத்தட்டியது. போதாதென்று, நிறைவிலும் எல்லாக் குழந்தைகளும் உற்சாகமாகக் கத்த, அந்தச் சிறுமி மட்டும் எந்த உணர்ச்சியும் காட்டாமல் என்னையே பார்த்துக்கொண்டிருந்தாள்.

கூட்டம் நகர்ந்து கரைந்தது. என் பார்வை முழுக்க அந்த இருக்கை மேல். காரணம், எல்லோரும் எழுந்து, அவரவர் பெற்றோரிடம் ஒட்டிக்கொண்டிருக்க, அவள் மட்டும் பெற்றோர் வந்து அழைத்தும், எழுந்திருக்கவில்லை.

சிறிது நேரத்தில், மதிய உணவு இடைவேளை. அவளை அந்த வராண்டாவில் பார்த்தேன். முகத்தில் காலையில் நான் பார்த்த உற்சாகம் இல்லை. வெயிலுக்கு வாடிய தளிர்போல் இருந்தாள்.

நான்தான் காரணமோ? நெருங்கினேன். முகம் திருப்பிக் கொண்டாள்.

காலையில் வைத்த கண் வாங்காமல், நேருக்கு நேர் உட்கார்ந்து என்னைப் பார்த்துக் கொஞ்சியவள், அப்படி ஒதுங்கியது, வலித்தது. தலையைக் குனிந்து பார்த்தேன். இன்னும் குனிந்து கொண்டாள். தோள் தொட்டேன். இலேசாகத் தட்டி விட்டாள்.

"ஐயோ சாரிங்க சார்..."

அவளின் அம்மா ஓடி வந்தார்.

"நீங்க மார்னிங் பேசுனது ரொம்பப் பிடிச்சுப் போச்சுங்க அவளுக்கு. வந்து சொன்னா. அந்த தாடி வெச்ச வொய்ட் ஷர்ட் அங்கிளுக்கு ஒண்ணுமே தெரியலம்மா. முட்டாளா இருக்காருன்னு."

"ஆமாம்... என்கிட்டயும் சொன்னா..."

"அதான். நீங்க இப்போ ஸ்டேஜ்ல பேசுனதெல்லாம் பார்த்து அவளுக்கு ஷாக்!" சிரித்தார் அந்தப் பெண்.

என்னால் சிரிக்க முடியவில்லை. புரிந்துவிட்டது.

வெள்ளந்தியாய், தன்னோடு உரையாடியவனை, மேடையில் வேறு விதமாகப் பார்த்த மெல்லிய அதிர்ச்சி அவளுக்கு.

காரில் ஏறினேன்.

அங்கே, ஒவ்வொரு காராக கிளம்பிக்கொண்டிருந்தது. அவள் கிளம்பியிருப்பாளா? அல்லது நான் கிளம்பிய பிறகு புறப்படுவாளா? இன்னமும் அவளது வருத்தக் கோபம் அல்லது ஏமாற்ற வலி தீரவில்லையோ? அவளைத் தேடினேன். தென்படவில்லை.

அந்த வண்டு என் கண்ணை விட்டுப்போனது.

அரங்கத்திலிருந்த அத்தனை பேரையும் வசப்படுத்தியிருந்தேன். ஆனால், ஒரு பிஞ்சு சிநேகிதத்தை இழந்துவிட்டேன்.

என் அறிவு, ஒரு குழந்தையிடமிருந்து என்னைப் பிரித்ததை உணர்ந்தேன்.

இன்னொரு தரம், அவளைச் சந்திக்கும்போது சொல்ல வேண்டும், "வண்டும்மா, நிஜமாவே நான் முட்டாள்தான், அறிவாளியாத் தெரியற முட்டாள்!"

●

இடம்: கடற்கரை

மண்ணெங்கும் கண்கள். நண்டுகளெல்லாம் உடலால் போட்ட ஓட்டைகள். அலைகளின் சத்தத்திற்கு அஞ்சாத நண்டுகள், மனிதக் காலடி பார்த்தால், ஓடி ஓடி ஒளிந்து கொள்ளும், அடைக்கலப் பதுங்கு குழி இல்லங்கள்.

என்னோடு வந்த சின்னக் குழந்தை கேட்டாள்.

"இவ்ளோ இடம் இருக்கே, இவ்ளோ மண்ணு இருக்கே, ஏன் குட்டிக் குட்டியா? எல்லா நண்டுக்கும் அரண்மனை மாதிரி புதுசு புதுசா வீடு கட்டிக்கொடுக்கலாமா?"

காற்று வாங்க வந்த இடத்தில் இருவரும் வீடு கட்ட ஆரம்பித்தோம். சின்னதாய் ஆரம்பித்து, சின்ன பெரிதாய், பெரிதாய், பெரிய பெரிதாய், மண்ணின் வடிவம் மாற ஆரம்பித்தது.

அவளின் சின்ன விரல்கள், நண்டுக்கு வீடு கட்ட ஆரம்பித்தபோது கேட்டேன்.

"நண்டு பிடிக்குமா? என்னைப் பிடிக்குமா?"

"பிடிக்கும்... பிடிக்கும்"

"அப்படின்னா? யாரைப் பிடிக்கும்?"

"அதான் சொன்னேனே, பிடிக்கும்னு ரெண்டு வாட்டி."

"ம். சரி, என்னை எவ்வளவு பிடிக்கும்?"

பக்கத்தில் பதிலை (கடல்) வைத்துக்கொண்டு கேட்டேன். அலைகள் வந்து வந்து நுரை கொடுத்தன. எளிதாகச் சொல்லி விடுவாள் என்று நினைத்தேன்.

"என்னை எவ்வளவு பிடிக்கும்?"

"ம்... அண்டா நிறைய பிடிக்கும்!"

திகைத்தேன். அண்டா நிறைய? அதென்ன அண்டா நிறைய?

இடம்: திருமண மண்டபம்

இதே குழந்தை, இரு வருடங்களுக்கு முன்பு என் தோளில் இருந்தாள். மண வீட்டு மதிய விருந்து நேரம். பரிமாறும் அறை வழியாகத் தெரிந்த சமைக்கும் அறைக்கு அழைத்துச் சென்றேன்.

விதவிதமான உணவுகள், நிறங்கள், வாசனைகள், காய்கறிகள், சமையல் பொருட்கள், மூட்டைகள், பாத்திரங்கள். குழந்தைக்கு எல்லாமும் காட்ட ஆசைப்பட்டேன்.

மண்டபத்தின் அரட்டைச் சத்தம், நகை, புத்தாடை மனிதர்களைக் காட்டிலும், இந்தச் சூழல் குழந்தைக்குப் பிடித்துப் போக, சமையற்கூடம், ஒரு கலையரங்கம் போல அவளை பிரமிக்கச் செய்தது.

யாரோ ஒரு பாத்திரம் கேட்க, ஒருவர் ஒன்றை எடுத்துப் போக, அது மறுக்கப்பட்டு, இன்னொன்று கேட்கப்பட்டது. எடுக்க வந்தவருக்குப் புரியவில்லை. கேட்டவரே உள்ளே வந்தார்.

எல்லாப் பாத்திரங்களையும் விடப் பெரிய ஒன்றைக் காட்டினார். *அது ஒரு அண்டா.*

"அதோ, அந்த அண்டாவை எடுத்திட்டுப் போங்க."

மூன்று பேர் வந்து கஷ்டப்பட்டுத் தூக்கிக்கொண்டார்கள். எங்களைத் தாண்டிப் போனார்கள். குழந்தை அதைப் பார்த்தாள்.

●

கடற்கரையில்...

இன்னமும் அந்த வீட்டைக் கட்டும் ஆர்வம் குறையாமல் இருந்தாள்.

"உங்களை எனக்கு அண்டா நிறையப் பிடிக்கும்." அவள் கொஞ்சமும் யோசிக்காமல் சொன்னது, என்னை நிறைய யோசிக்க வைத்தது.

அண்டம் தானே பெரியது? இல்லை... இல்லை... அண்டா தான் பெரியது. அவள் பார்த்தவரையில் எல்லாவற்றையும்விட, அண்டாதான் பெரியது.

அந்த அண்டா நிறைய அன்பு என்றால், வேண்டாமென்றா சொல்வேன்?

●

இடம்: ஓடும் இரவு இரயில்

ஊருக்குச் சென்று, திரும்பி வந்துகொண்டிருந்தேன்.

உயிர் கொடுத்தவரின் உயிர்ப் பிரிவு தந்த வெறுமையை, எதை வைத்து நிரப்பிக்கொள்வதென்று தெரியாமல், ஜன்னல் வழியாக வரும் இரவுக் காற்றுக்கு முகம் கொடுத்து அமர்ந்திருந்தேன்.

உடன் வந்த உறவுப் பெரியவர்கள் விளக்கணைத்து உறங்கி விட்டார்கள்.

அடுத்திருந்த இருக்கைகள் முழுக்க, உறவினர்களின் குழந்தைகள். கைப்பிடித்து ஒரு சிறுவன் இழுத்துக்கொண்டு சென்றான்.

"தூக்கம் வரலை. நீங்கதான் தூங்கலையே. ஏதாவது பேசலாம். ஜாலியா விளையாடலாம்."

மேற்கொண்டு, குழந்தைகளைக் கெஞ்சவிடாமல் நடு இரவு வரை ஏதேதோ கதைகள் பேசினேன்.

முதலில் தூங்க மறுத்த குழந்தைகள், சிரித்த களைப்பில், ஒருவர் பின் ஒருவராய், தனித்தனியாய் தூங்கிப்போனார்கள்.

மீண்டும் என் இருக்கை ஜன்னல் கம்பிகளிடம் வந்தேன். தலை சாய்த்தேன்.

காலை நான்கரை மணி ஆகியிருக்கும். எழுந்துவிட்டேன். கதவருகே சென்று நிற்கத் தோன்றியது. நடந்தேன். திடீரென்று, மிடில் பெர்த்திலிருந்து போர்வையை விலக்கி, குட்டிக் கை ஒன்று, தொட்டு நிறுத்தியது.

தன் சின்னக் கண்ணாடியைக் கண்களுக்குத் தோதாய் மாட்டிக்கொண்டு, அந்தக் கேள்வியைக் கேட்டாள்.

என் குமார் /129

“ஏய்… குமார், பேசாம நீயும் நானும் மட்டும் ஒரு வீட்டுல இருக்கலாமா?”

இன்ப அதிர்ச்சியை மறைத்துக்கொண்டு,

“ஹே… என்ன தூங்கலையா? தூங்குங்க” என்றேன்.

“சொல்லு. இப்படியே ஜாலியா சிரிச்சு, கதையெல்லாம் பேசிக்கிட்டே… நீயும் நானும் மட்டும் ஒரே வீட்டுல இருக்க லாமா?”

“ம்… சரி… ஆனா, எனக்குப் பசிக்குமே!”

“நான் உனக்குச் சமைச்சுத் தர்றேன். நீ சாப்பிடு. வேணும்னா, ஒரு பெரிய இடத்துல, எல்லாருக்கும் ஒவ்வொரு ரூம் கட்டிக்கொடுத்து, எல்லாரும் ஒரே இடத்துல ஒண்ணாத் தங்கி, எல்லாரும் ஒண்ணாச் சாப்பிட்டு, எல்லாரும் ஒண்ணா…”

அவளின் “ஒண்ணா… ஒண்ணா…” பட்டியல் நீண்டு கொண்டே போனது.

“இதெல்லாம் முடியுமா?” என்றேன்.

“ஏன்? நேத்து எல்லாரும் எவ்ளோ ஹேப்பியா இருந்தோம்… அப்படி டெய்லி இருக்கலாம்ல?”

“அப்படி இருக்கலாம். ஆனா, அதெல்லாம்…” – சொல்லிப் புரியவைக்க முடியாமல் திணறும்போது, அவள் கேட்டாள்,

“ஏன்? நேத்து ராத்திரி மாதிரியே எப்பவும், அன்பா… ஜாலியா இருக்கலாமே?”

எதுவும் பேசாமல், அவள் முகத்தையே பார்த்தேன். கண்ணாடி வழியாகத் தெரிந்த அந்தக் கண்களில் இன்னமும் அந்தக் கேள்வி தீர்க்கமாய் இருந்தது. நின்ற இடத்திலேயே நின்றேன். இரயிலின் ‘தடக்… தடக்…’ மட்டும் ஒலித்தது.

“சரிம்மா, தூங்குங்க. ஆவடி வந்தா, நீங்க அம்மா அப்பாகூட இறங்கணும்” என்று போர்த்திவிட்டு நகர்ந்தேன்.

எல்லோரும் உறக்கத்திலிருக்கும்போது, அதிகாலை விழிப்பில், அந்த ஆறு வயசு சொன்னது, என் ஆயுசுக்கும் மறக்காது போலிருந்தது.

எந்த உலகியல் பதிலையும் சொல்லி, அந்தத் தேவதையின் பரிசுத்த விருப்பத்தைக் குழப்ப விரும்பவில்லை.

இரயில் கதவைத் திறந்து சாய்ந்துகொண்டேன். காற்று பலமாகத் தாக்கியது. கால்களில் முழு பலம் கொடுத்து நின்றேன்.

இன்னமும் பல ஊர்கள் தாண்ட வேண்டும். அப்போதுதான் நான் இறங்கவேண்டிய இடம் வரும்.

வெளிச்சம் வானைத் தொட ஆரம்பித்தது.

●

இரண்டு கேள்விகள் இருக்கின்றன, என்றேனே...

அதற்கு, இரண்டு 'ஆம்!' சொன்னால், இந்தப் பூமியில் மூச்சு விட எனக்கும், உங்களுக்கும் தகுதி இருக்கிறது, என்றேனே...

அந்த இரண்டு கேள்விகள்,

"உங்களுக்குக் குழந்தைகளைப் பிடிக்குமா?"

"குழந்தைகளுக்கு உங்களைப் பிடிக்குமா?"

●

காலத்தை அழகாக்கும் காரணங்கள், குழந்தைகள்!

15

Love you மற்றும் Bye!

வார்த்தை... வார்த்தையில் என்ன இருக்கிறது?

சொல்ல வந்ததையெல்லாம் சொல்லிவிட்டேன் என்று யாரேனும் சொல்ல முடியுமா?

சொல்லி முடிக்காமல், சொல்ல முடியாமல் முடித்த வாக்கியங்கள்தாம் அதிகம்.

யார் மனதில் என்ன நினைப்பு உதிக்கிறதோ, அது வார்த்தையாய்ப் பிரசவிக்கிறது.

அதைக் கொட்டத்தான், காட்டத்தான் ஆயிரம் வழித் தயக்கங்கள்.

கேட்ட வார்த்தைகளைவிட, கேட்காத வார்த்தைகள் எப்போதும் மதிப்போடு இருக்கின்றன.

இன்னும் பிறக்காத வார்த்தைகளே உயிரோடு இருக்கின்றன.

எழுதியவற்றைவிட எழுதாதவை அழகாக இருக்கின்றன. வாசித்தவற்றைவிட வாசிக்காதவை சுவாரசியமாக இருக்கின்றன.

எதிரில் யாருக்காகச் சொல்கிறோமோ, அந்தக் காதுகள் இருக்கிறதோ இல்லையோ, சொல்லுதல் ஒரு ஆசுவாசம்.

நேயர் விருப்பம் இல்லாத பாடல்கள் ஒலிப்பதில்லையா? ஒலிக்கின்றன, எல்லோர் வாழ்விலும்.

●

கல்லூரியின் வகுப்புகளுக்குக் கடைசி வாரம். எல்லோரும் மாய்ந்து மாய்ந்து, உருகி, நினைவுகளைக் கிள்ளி, கிளறி, வருடி, எழுதிப் பகிர்ந்துகொண்ட ஆட்டோகிராஃப் நோட்டுகள்.

கிட்டத்தட்ட இருநூறு பேருக்காவது (எல்லாத் துறை நண்பர்களுக்கும் சேர்த்து) நான் எழுதியிருப்பேன். முகம் தெரியாதவர்கள்கூடத் தேடி வந்து சந்தித்தார்கள். நான் மூன்று நோட்டுகள் வைத்திருந்தேன்.

கல்லூரி முதல்வர் முதல் பேராசிரியர்கள், விரிவுரையாளர்கள் எழுதுவதற்கு ஒன்று. மற்ற இரண்டு, இன்னும் அழகான தோற்றத்தில், நிறைய வெள்ளைப் பக்கங்களுடன். எழுதுவதற்கு முன்பே, எல்லோரும் கைகளில் வைத்து அழகு பார்த்தார்கள்.

எழுதக் கொடுத்தேன். காலையில் போன மற்ற இரண்டு நோட்டுகளும் வந்துவிட்டன.

ஜூனியர்களிடம் கொடுத்த நோட்டு மட்டும் இரண்டு நாட்களாக வரவில்லை. ஒவ்வொரு கையாக மாறி, ஒருவழியாக, என் கைக்கு வந்துவிட்டது.

வெள்ளை வெளேரென்று போன நோட்டில், அப்பழுக்கற்ற அன்பின் பழுப்பு படர்ந்திருந்தது. பக்கங்களைப் புரட்டினேன். நீல நீல மை... பழகாதவர்களிடமிருந்துகூட நீள நீளப் பகிர்தல்கள். பாராட்டி, நன்றி சொல்லி, நெகிழ்ந்து எழுதி... எல்லோரின் கையொப்பங்களுடன்.

வரிவிடாமல் வாசித்து முடித்துக்கொண்டிருக்கும்போது, கடைசி ஆறு பக்கங்கள் மட்டும், ஒரு கொத்தாக இருந்தது. மொத்தமாய் பத்து ஸ்டேப்ளர் பின்களால் தோரணம் போல் அடைக்கப்பட்டு...

புரியாத அதிர்ச்சி. யார் இப்படி? உள்ளே ஒளிந்திருந்த எழுத்தெல்லாம் தடங்களாகத் தெரிந்தன. அத்தனை பக்கங்கள் எழுதிவிட்டு, என்னைத் தவிர யாரும் வாசித்துவிடக்கூடாது என்று தன் எண்ணங்களை இப்படிப் பதுக்கி வைத்தது யார்?

சுவாரசியம் தாளாமல், ஒரு இடைவெளியில் விரலை வைத்து விரித்து, ஒரு எழுத்தையாவது வாசித்துவிடலாம் என்று கண்களை நுழைத்தேன்.

“ஷ்... ப்ளீஸ்ஸ்ஸ்ஸ்ஸ்...” நான் எதிர்பாராத திசையிலிருந்து அந்தக் குரல், ஜூனியர் பெண்.

"ப்ளீஸ்ஸ்ஸ்ஸ்! இப்போ வாசிக்காதீங்க. 'பின்'னைப் பிரிக் காதீங்க. காலேஜ் எக்ஸாம் முடிஞ்சதும் படிங்க..."

அவளது அன்றைய காஸ்ட்யூமான பாவாடை தாவணியில் ஒரே ஓட்டமாய் ஓடிப் போனாள். மூடி வைத்துவிட்டேன்.

இன்னும் சில நாட்கள்தான். அவள் எதிர்ப்படும்போதெல் லாம், என்ன எழுதியிருக்கிறாள் என்று தெரியாமல் எப்படி முகத்தை வைத்துக்கொள்வது?

அதில், நான் சந்தோஷப்படும்படி இருக்குமா? குழம்பும்படி இருக்குமா? தெரியவில்லையே...

●

கல்லூரி முடிந்து, நண்பர்களின் சைக்கிளில் உட்கார்ந்து சென்றபோது, வண்ண நோட்டைத் தவிர, மற்ற இரண்டு ஆட்டோகிராஃப் நோட்டுகளையும், ஒரு நண்பனின் பையில் வைத்தேன். 'தேர்வுகள் முடிந்தபிறகு வாங்கிக்கொள்கிறேன்' என்று சொல்லிவிட்டேன். பத்து நாட்கள் கழித்து, நண்பனிடம் ஞாபகமாய்க் கேட்டேன். வீடு மாற்றிக்கொண்டிருந்தார்கள். அவனுக்கும் நினைவில்லை. பதறிப்போய்த் தேடினான். மூன்று நாட்களுக்குப் பிறகு வந்தான். "மன்னிச்சிருடா! எங்கேயும் காணல." கலங்கிப் போனான்.

எல்லா நண்பர்களின் வாழ்த்துகளும் (ஒரே ஒருமுறை, நான் அவசர கதியில் வாசித்ததோடு சரி!) தொலைந்து போய் விட்டன (அவன் எழுதிய புரட்சிகரமான ஆங்கில வாழ்த்து உட்பட!).

பேருந்து நிலையத்தில் என்னை அவன் இறக்கிவிட்டு, பலமுறை மன்னிப்புக் கேட்டுவிட்டுப் போனான்.

வீடு செல்லும் பேருந்துக்காகக் காத்திருந்தேன். சட்டென்று ஒரு ஞாபகம்!

ஓ... அந்த ஆறு பக்கங்கள்...?

இன்னும் 'பின்'களைப் பிரிக்கவேயில்லையே... படிக்கவே யில்லையே... அதுவும் சேர்ந்து போய்விட்டதே! ஓர் இழப்பின் அழுத்தம்.

அதன் பிறகு, அந்த நோட்டையும், அந்தப் பெண்ணையும் பார்க்கவேயில்லை. இரவெல்லாம் வைத்து, வைத்து... என்ன

எழுதி, எதை நிரப்பிக் கொடுத்தாளோ? அது என்னவாக வேண்டுமானாலும் இருக்கட்டும். எனக்காக ஒருத்தி தாள்களில் பரிமாறிய அன்புணவு, அன்புணர்வு. நான் புசிக்காமல் தவற விட்டேன்.

நான் படிக்காமலேயே தொலைத்துவிட்டேன் என்று தெரிந்தால் அவளுக்கு(ம்) எவ்வளவு வலிக்கும்!

அதில், நான் சந்தோஷப்படும்படி இருக்குமா? குழம்பும்படி இருக்குமா? இன்னமும் குழம்பிக்கொண்டிருக்கிறேன்.

வார்த்தையில் என்ன இருக்கிறது? ...வார்த்தையில்தான் ஏதோ இருக்கிறது!

•

வாழ்க்கையின் அபரிமிதங்களில் ஒன்றாக நான் அடைந்த நண்பர், அகவையிலும், அன்பிலும் பெரியவர், வி.கே.புரம். சு.கன்னையா அவர்கள், ஒரு சந்தர்ப்பத்தில் சொன்னார்.

“கடலாக இருப்பது, புண்ணிய நதிகளும், சாக்கடைகளும் கலந்த கலவைதான் என்று புரிந்துகொண்டேன். அவற்றில், அழகுள்ள மிகக் குட்டி மீன்களும் இருக்கின்றன. மிகப் பயங்கரமான சுறாக்களும் வாழ்கின்றன. இதன் மத்தியில், அந்த வண்ண வண்ணக் குட்டி மீன்களை இரசிக்கக்கூடிய ஒரு பக்குவமும், அத்தனை சுறாக்களுக்கும் மத்தியிலும் இவை தங்களைக் காத்துக்கொண்டு வாழ்கின்றன என்று பார்க்கிற பார்வையும் அவசியம்.”

வாஞ்சையாய், இதுவரை இலட்சம் வார்த்தைகள் பகிர்ந்திருப்பார். இருப்பினும், இந்த வார்த்தைகள் என்னைக் கடல் ஆழம் கூட்டிச் சென்றன.

வார்த்தையில் என்ன இருக்கிறது? ....வார்த்தையில்தான் வழி இருக்கிறது!

•

ஒருமுறை, பாரதி எழுதிய கதைக் காகிதம் தொலைந்தது. மறதியாய் எங்கோ வைத்துவிட்டார். வீடு முழுக்க வியர்க்க வியர்க்கத் தேடி, கிடைக்காமல் துடித்துப்போனார்.

“அட விடுங்க பாரதி! எவ்வளவோ எழுதிட்டீங்க. வேற எழுதிக்கலாம். இதையே வேற மாதிரி எழுதுங்களேன்” என்று

சொல்லியிருந்தால் சும்மா விட்டிருப்பாரா? அவர் சிந்தை... அவர் பிரசவம்... அவர் அவஸ்தை... அவரைத் தவிர மற்றவர்களுக்கு வேடிக்கை!

ஒரு வார்த்தைக்கு நிகரான அல்லது மேலான இன்னொரு வார்த்தை இருக்கலாம். ஆனால், அதே வார்த்தையா? இல்லையே! அறிவைக் குடைந்து குடைந்து தேடினாலும், கடந்து போன தொலைந்து போன வார்த்தையின் உயிர்ப்பு இருக்குமா? கிடைக்குமா?

அர்த்தம்கூட ஒரே சாயலில் அமைந்துவிடலாம். போன வார்த்தை வேறு இரத்தம். வந்த வார்த்தை வேறு இரத்தம் அல்லவா?

பாரதி, தமது கடைசி நாட்களிலும் (கடைசி நாளென்று தெரியாமல்...) எழுதிக்கொண்டிருந்தார். 'சந்திரிகையின் கதை' பத்தாம் அத்தியாயம் முற்றுப் பெறவில்லை. 'இந்த' ...என்ற ஒரு வார்த்தையோடு நிற்கிறது.

'இந்த'க்குப் பிறகு எந்த வார்த்தை எழுத நினைத்தார், பாரதி?

இன்னும் என்னென்ன சொல்ல நினைத்தாரோ? தெரியவில்லையே. அந்தத் தாளைப் பார்க்கும்போதெல்லாம் மனசு துடிக்கிறது. அந்தரத்தில் நிற்கிறதே, கவிராஜனின் இலக்கியத் தேர்.

ஆனாலும், அது ஓர் அடையாளம். 'பாரதி முற்றுப் பெறாதவர்' என்பதை அந்த ஒற்றை வார்த்தை காட்டுகிறது.

வார்த்தையில் என்ன இருக்கிறது? ....வார்த்தையில்தான் மிச்சம் இருக்கிறது!

●

எப்போதும், என் உரையாடலை முடித்துவைக்கும் வார்த்தையாய், "Love you" என்றுதான் வருகிறது. குழந்தைகள், சக வயதினர், பெரியவர்கள், ஆண்கள், பெண்கள், திருநங்கையர், தகுதி, புது அறிமுகம், நெடு நாள் உறவு. எந்தப் பேதமுமின்றி, "Love you" என்று சொல்லவருகிறது.

வார்த்தையைக் கேட்டவுடன் மலர்ந்து போகிறார்கள். மனம் திறந்து வாங்கிக்கொள்கிறார்கள். அது ஆங்கில வார்த்தை.

ஆனால், "உங்களை அன்பு செய்கிறேன்" எனும் தமிழ் நேசம் தோய்ந்திருக்கிறது. பழக்கமாகிவிட்டது.

ஒருமுறை, அலுவல் சந்திப்பு முடிந்து, எல்லோரிடமும் விடை பெறும்போது, "Love you" பொழிந்துவிட்டு, கிளம்பி விட்டேன். திரும்பும் வழியில், உடனிருந்த இருபது வயது மூத்த ஒளிப்பதிவாளர், நண்பர் கேட்டார்.

"காலைல பார்க்கும்போது எங்கிட்ட சொன்னீங்க. எங்கிட்ட மட்டும் சொன்னீங்கன்னு நினைச்சேன், குமார். அது ரொம்ப 'ரேர்' வார்த்தைதானே. அதை நீங்க இப்போ எல்லார்கிட்டயும் சொல்றீங்களே?" - அவரிடமிருந்து ஒருவித 'பொஸஸிவ்' வருத்தம்.

("உங்களை அன்பு செய்கிறேன்!" எப்போதாவது சொல்ல வேண்டிய அரிய வார்த்தைகளா?)

பெரிய வயதின் குழந்தைச் சந்தேகம்! அவருக்கு எப்படி விளக்குவது? இன்னொரு தருணத்தில் அவரே புரிந்து கொள்வார் என்று விட்டுவிட்டேன்.

பல வருடங்களுக்குப் பிறகு, என் குழுவில் அவரும் இடம் பெற்றிருந்தார். ஒரு வார வெளியூர்ப் படப்பிடிப்பு. மிக மகிழ்ச்சியாக நிறைவுற்றது. இரவு, எல்லோரும் அவரவர் வாகனங்களில் கிளம்பும்போது, சிரித்து, கதை பேசி, கைகுலுக்கி, அணைத்து, "Love you" சொல்லி, அனுப்பி வைத்தேன்.

இன்னும் சில வேலைகளை முடித்துவிட்டு, மறுநாள் காலையில் கிளம்பவேண்டும். தங்கும் அறைக்கு, நானும், என் துணை இயக்குநர் மகாவும் ஓய்வெடுக்க வந்தோம்.

அந்த ஒளிப்பதிவாளரிடமிருந்து அழைப்பு வந்தது. இப்போதுதானே கிளம்பினார்... இரயில் நிலையம்கூட வந்திருக்காதே! எடுத்துப் பேசினேன்.

"சொல்லுங்க சார்..."

"நல்லா இருந்தது குமார், ஷூட்டிங்... ரொம்ப திருப்தி."

"தேங்க்யூ சார். உங்க வொர்க் எப்பவும் போல... க்ரேட்."

"..."

"சொல்லுங்க சார்!"

சொன்னார். சிரித்தேன்.

சொன்னேன், "Love you, sir!"

நன்றி சொல்லி வைத்துவிட்டார்.

"என்ன சார்?" மகா விசாரித்தார்.

"ஒரு தடவை, எங்கிட்ட மட்டும் தான் "Love you" சொன்னீங்கன்னு நினைச்சேன். எல்லார்ட்டயும் சொல்றீங்களே, குமார்"னு குறையாச் சொன்னார். "இப்போ, கிளம்பும் போது எல்லார்கிட்டயும் சொன்னீங்க. எங்கிட்ட மட்டும் சொல்லலையே? ஒரு தடவை சொல்லிடுங்க. நிம்மதியா டிராவல் பண்ணுவேன்"னு சொன்னார். அதான், விட்டுப் போன, 'Love you'வை இப்போ சொன்னேன்." என்றேன்.

மகா சொன்னார், "தனக்கு மட்டும்தான் வேணும்னு தோணற விஷயம், மத்தவங்களுக்குக் கிடைச்சு, தனக்குக் கிடைக்காட்டா, தனக்கும் வேணும்னு தவிப்பாங்க."

வார்த்தையில் என்ன இருக்கிறது? ...வார்த்தையில்தான் அர்த்தம் இருக்கிறது!

•

ஒவ்வொருவரின் எண்ணங்களின் வடிகால்களாக, அவரவர் மனவாகுபோல் வார்த்தைகள். "Love you", "Great", "Oyeee...", "கண்ணம்மா" மற்றும் "Bye"... என்னிடமிருந்து வழியும்.

என் வார்த்தைகள், பட்டாம்பூச்சிகள்!

நெகிழப் பழகிவிட்டு, சட்டென்று, "Bye" சொல்லிப் பறந்து விட்டு, மறுபடியும் சில வருடங்களோ, அடுத்த வாரமோ, மறுகணமோ, எந்தப் பிரிவும் நடவாததுபோல், மீண்டும் வந்து மிருதுவாய் அமர்ந்து, விட்ட இடத்திலிருந்து அன்பு செய்யும்.

"உங்க Byeயைத் தூக்கிக் குப்பைல போடுங்க. சாதாரணமா சொல்லிட்டுப் போயிட்டீங்க. அவ்ளோ கஷ்டமா இருந்தது."

"உங்ககிட்ட கத்துக்கிட்டது, இப்போ எல்லார்கிட்டயும், 'லவ் யூ!' சொல்ல ஆரம்பிச்சிட்டேன்."

"கண்ணம்மா...ன்னு பேச்சு வாக்கில சொன்னீங்க. ஏதோ பத்து உடம்பு பூத்த மாதிரி உற்சாகம் வந்துச்சு. இன்னும் ஒரு தடவை சொல்லுங்களேன்."

என் வார்த்தைகளைக் கேட்டவர்கள் சொல்லிக் கேட்டிருக் கிறேன்.

'கண்ணம்மா', 'லவ் யூ', 'பை', எதுவானாலும், நான் சொன்ன தெல்லாம் ஒரே உணர்வில்தான். அன்பில் மட்டும்தான். அதெப்படி, விதவிதமாய் நிறமெடுக்கிறது?

வார்த்தையில் என்ன இருக்கிறது? வார்த்தையில் என் குரல் மட்டுமல்ல. வார்த்தையில்தான் கேட்பவரின் மனதும் இருக்கிறது.

●

எழுத்தாளர் லா.ச.ராமாமிருதம் என்றால் எனக்கு ஒரு கிறக்கம்.

'அபிதா', 'பாற்கடல்', 'ஜனனி', 'சிந்தா நதி', 'புத்ர', 'கங்கா', 'விளிம்பில்', 'கல் சிரிக்கிறது', இன்னும் எத்தனை எத்தனை வார்ப்புகள், சொற்பிரபஞ்சங்கள்.

அவர் எழுதினாரா? எழுத்து அவரை எழுதியதா? என்ற பரவசக்கேள்வி எழும். கண்கள் வாசிக்கும்போதே, காதுகளில் அவர் குரல் கேட்கும். எழுத்துக்கெல்லாம் கற்பூர வாசம் கொடுத்தவர்.

91 வயது... பிறந்தநாளன்றே மறைந்தவர் (அக்டோபர் 29, 1916–2007).

"இன்னும் இருக்கிறேன்" என்று, தமது படைப்புகளின் மூலம் பேசிக்கொண்டிருக்கும், லா.ச.ரா.வின் வார்த்தைகள் இவை,

"நான் எனக்காகத்தான் எழுதிக்கொள்கிறேன். என்னில் ஓடும் ஆதார சுருதியைக் கணித்துக்கொள்ள, அதில் நேரும் இன்பத்தை என்னால் சொல்ல முடிந்தவரை வாசகனுடன் பங்கிட்டுக்கொள்வதில் இன்னொரு இன்பம் அடைகிறேன்.

'கதையில் வரும் பாத்திரங்கள், சம்பவங்கள், எல்லாம் கற்பனையே. யாரையும் குறிப்பிடுவனவல்ல' எனும் பாதுகாப்புப் பட்டைக்குள் நான் ஒளிந்து கொள்ளப்போவதில்லை. பெயர்கள் வெவ்வேறாயிருக்கலாம். பெயர் என்பது என்ன, சலவைத்துணியின் குறிதானே!

என் பத்திரத்துக்காக, என் கதைகளின் பாத்திரங்களை மறுக்க முடியுமா? ஏன் மறுக்க வேண்டும்? நீயும் நானும்கூட இல்லாவிட்டால், பூமியில் என்னதானிருக்கிறது?

ஏற்கனவே யாரும் அறியாததை அல்லது யாருக்கும் நேராததை நான் சொல்லிவிடவில்லை. ஆனால், எனக்கு அலுக்காதவரை, சொன்னதையே சொல்லிக்கொண்டிருப்பேன். எதை?

உலகத்தையே ஒன்றாய்ப் பிணைக்கும் ஒரே தொப்புள் கொடியின் ஆச்சரியத்தை, புதுமையை, பெருமையைப் பாடிக் கொண்டிருப்பேன்."

லா.ச.ரா., வார்த்தைகளைப் பரப்பி ஒளிர்ந்த ஜோதி!

வார்த்தையில் என்ன இருக்கிறது? ... வார்த்தையில்தான் தரிசனம் இருக்கிறது.

●

காலம் தரும் வார்த்தைகளைத்தான் பரிமாறுகிறோம்.

காலம் தரும் அவகாசத்தில்தான் வாழ்கிறோம்.

யாவர்க்கும் யாவுமாகி நிற்கிறது, காலம்!

காலத்திடம் சொல்லத் தோன்றுகிறது... லவ் யூ!

●

குறிப்புகளுக்காக...